அம்மா

எம். ரிஷான் ஷெரீப்

வம்சி

அம்மா	:	நாவல்
நாவலாசிரியர்	:	எம். ரிஷான் ஷெரீப்
	:	© ஆசிரியருக்கு
முதற்பதிப்பு	:	ஜனவரி 2024
அட்டை வடிவமைப்பு	:	பி.எஸ். வம்சி
வெளியீடு	:	வம்சி புக்ஸ்
		19, டி.எம்.சாரோன்,
		திருவண்ணாமலை - 606 601
		9445870995, 04175 - 235806
அச்சாக்கம்	:	மணி ஆப்செட், சென்னை - 600 077
விலை	:	₹250/-
ISBN	:	978-93-93725-54-7

Amma	:	Novel
Author	:	M.Rishan Shareef
	:	© Author
First Edition	:	January - 2024
Wrapper Design	:	B.S. Vamsi
Published by	:	Vamsi books
		19.D.M.Saron,
		Tiruvannamalai - 606 601
		9445870995, 04175 - 235806
Printed by	:	Mani Offset, Chennai - 600 077
	:	₹250/-
ISBN	:	978-93-93725-54-7

www.vamsibooks.com   -   e-mail: kvshylajatvm@gmail.com

உம்மாவுக்கு!

எம். ரிஷான் ஷெரீப்

எம். ரிஷான் ஷெரீப் இலங்கையைச் சேர்ந்த தமிழ் எழுத்தாளரும், கவிஞரும், ஊடகவியலாளரும், மொழிபெயர்ப்பாளரும் ஆவார். நாவல், கவிதை, சிறுகதை, கட்டுரை, புகைப்படம் ஆகிய துறைகளில் பங்களிப்பு செய்து வரும் இவர் சிங்களம், ஆங்கிலம் ஆகிய மொழிகளிலிருந்து தமிழுக்கு மொழிபெயர்ப்புகளையும் மேற்கொண்டு வருகிறார்.

இந்த நூல்களுக்காக இவர் இதுவரையில் இலங்கை அரச சாகித்திய விருது, கொடகே இலக்கிய விருது, துரைவி விருது, இந்தியா வம்சி விருது, கனடா இயல் விருது, இந்தியா வாசகசாலை விருது போன்ற முக்கியமான விருதுகளை வென்றுள்ளார்.

இவரது படைப்புகள் சிங்களம், ஆங்கிலம், மலையாளம் ஆகிய மொழிகளில் மொழிபெயர்க்கப்பட்டு வெளியாகியுள்ளன.

தொடர்புக்கு: mrishansh@gmail.com

மொழிபெயர்ப்பாளரின் ஏனைய நூல்கள்

நாவல்கள்
- ஆரண்ய வாசி
- அம்மா

கவிதைத் தொகுப்புகள்
- வீழ்தலின் நிழல்
- மிக ரகசியச் சொற்கள்
- ஆட்டுக்குட்டியின் தேவதை

சிறுகதைத் தொகுப்பு
- அடைக்கலப் பாம்புகள் (இலங்கை அரச சாகித்திய இலக்கிய விருது - சான்றிதழ்)

கட்டுரைத் தொகுப்புகள்
- கறுப்பு ஜூன் 2014
- இயற்கை
- ஆழங்களினூடு

மொழிபெயர்ப்புக் கவிதைத் தொகுப்புகள்
- தலைப்பற்ற தாய்நிலம்
- இறுதி மணித்தியாலம் (கனடா தமிழ் இலக்கியத் தோட்ட விருது) (இலங்கை அரச சாகித்திய இலக்கிய விருது - சான்றிதழ்)
- அவர்கள் நம் அயல் மனிதர்கள்
- அல்பேனியக் கவிதைகள்

மொழிபெயர்ப்புக் கட்டுரைத் தொகுப்புகள்

- பிரபாகரனின் தாயாரது இறுதி யாத்திரை
- மருத்துவக் குறிப்புகள் அல்லாதவை
- பெண்களால் இதுவரை சொல்லப்படாத உண்மைக் கதைகள்

மொழிபெயர்ப்பு சிறுகதைத் தொகுப்புகள்

- எனது தேசத்தை மீளப் பெறுகிறேன் (இலங்கை அரச சாகித்திய இலக்கிய விருது)
- அயல் பெண்களின் கதைகள் (இந்தியா வாசகசாலை விருது) (இலங்கை அரச சாகித்திய இலக்கிய விருது)
- திருமதி.பெரேரா
- அந்திம காலத்தின் இறுதி நேசம் (துரைவி விருது) (இலங்கை அரச சாகித்திய இலக்கிய விருது)
- சுருக்கப்பட்ட நெடுங்கதைகள் (இலங்கை அரச சாகித்திய இலக்கிய விருது - சான்றிதழ்)
- தடை செய்யப்பட்ட கதைகள்
- அரிச்சுவடியில் காணப்படாத எழுத்து
- ஐந்து விளக்குகளின் கதைகள்
- அடிமைகள்
- மீள் வருகை
- யாக முட்டை
- தவிர்க்கவியலா தெற்கின் காற்று
- இல்லை என்பதே பதில்
- இரவின் பாடல்
- கருநாகம்
- பயணம்
- எதிரொலிகள்

- பச்சை இலைகள்
- கலவரம்
- விடுதி

மொழிபெயர்ப்பு சுயசரிதை நூல்கள்

- நிலவியலின் துயரம் (இலங்கை அரச சாகித்திய இலக்கிய விருது - சான்றிதழ்)
- ஊழியின் அடிமையாக வேட்கை தணிக்கும் பெண்ணின் சுயசரிதை

மொழிபெயர்ப்பு சிறுவர் இலக்கிய நூல்கள்

- கிகோர் - ஆர்மேனிய நாவல் (இலங்கை அரச சாகித்திய இலக்கிய விருது - சான்றிதழ்)
- இரண்டு சகோதரர்களின் நெடும் பயணம் - ரஷ்ய நாவல்
- அஞ்சாநெஞ்சன் - ரஷ்ய நாவல்

மொழிபெயர்ப்பு நாவல்கள்

- அம்மாவின் ரகசியம் (இலங்கை அரச சாகித்திய இலக்கிய விருது)
- தரணி (இலங்கை அரச சாகித்திய இலக்கிய விருது)
- நிலவியலின் துயரம் (இலங்கை அரச சாகித்திய இலக்கிய விருது - சான்றிதழ்)
- பீடி
- கடுந்துயருற்ற காதலர்கள் சதுர சாளரத்திற்கு இறுதி அஞ்சலி செலுத்தி விட்டு முற்றத்திலிருந்து வெளியேறிய போதிலும்
- சாமிமலை (இலங்கை அரச சாகித்திய இலக்கிய விருது)
- மூன்றாவது மனைவி
- அபராஜிதன்
- அன்பிற்குரிய D ஆகிய உனக்கு....

உம்மா

உம்மா காலமாகி இன்றைக்கு சரியாக மூன்று வருடங்களாகின்றன. ஒரு பூ உதிர்வதைப் போல மிகவும் சாந்தமான முறையில்தான் உம்மாவின் மரணம் நிகழ்ந்தது. பேரழிவுக்கு முன்னரான ஓர் ஆழ்ந்த அமைதி என்று சொல்வார்கள், இல்லையா?! அதைப் போல எனது வாழ்க்கையின் பேரிழப்பு சரியாக மூன்று வருடங்களுக்கு முன்பு அவ்வாறான பேரமைதியோடுதான் அன்றைய நாளின் காலைவேளையில் நிகழ்ந்தது.

தனக்கு மரணம் வரப் போகிறது என்பதை உம்மா எப்படி அறிந்து கொண்டாரோ?! காலையிலேயே என்னை அழைத்து எனது கையாலேயே தனது கூந்தலை அழகாக வாரிக் கட்டி விடச் சொன்னார். பின்னர் குளித்து விட்டு வந்து, இளஞ்சிவப்பு நிறத்தில் புத்தாடை அணிந்து, புனித மக்கா நகரத்தின் ஸம் ஸம் தண்ணீரைக் குடித்து விட்டு படுக்கையில் சாய்ந்து இறைவனின் நாமத்தைச் சொல்லியவாறே அவரது உயிர் பிரிந்தது. முதலில் தூங்குகிறார் என்றுதான் நினைத்தோம். பின்னர்தான் அவர் நிச்சலனமாக இருப்பது கண்டு பதறிப் போய் மருத்துவரை அழைத்து, அவர் வந்து பார்த்துத்தான் உம்மா மரணித்து விட்டதை உறுதிப்படுத்தினார். திடீரென்று வந்த மாரடைப்பு அவரது உயிரைப் பறித்திருந்தது. உம்மாவின் இறுதிச் சடங்கு நிகழ்வுகளுக்கு ஊராரும், உறவினர்களும் திரண்டு வந்திருந்தார்கள். உம்மாவைக் கல்லறை மண்ணில் எனது கைகளால் நான்தான் வைத்தேன்.

ஐந்து வருடங்களுக்கு முன்னர் ஓர் ஒக்டோபர் மாதத்தில் எனது மூத்த சகோதரன் மரணித்த தகவலறிந்தபோதுதான் முதன்முதலாக

உம்மா கதறி அழுததை நான் கண்டேன். எனது சிறுபராயத்திலேயே வாப்பா இறந்துவிட்டதால் அந்தக் காலகட்டம் எனக்கு அவ்வளவாக நினைவிலில்லை. அதன் பிறகும் உம்மாவுக்கு எத்தனையோ மனக் கவலைகளும், வருத்தங்களும் வந்திருக்கக் கூடும். ஆனால் அவர் அதை யாரிடமும் வெளிக்காட்டிக் கொள்ளாமல் வாழ்க்கையில் எந்தக் கஷ்டங்கள் வந்தாலும் மிகுந்த தன்னம்பிக்கையோடு அவற்றுக்கு முகம்கொடுத்தார். உம்மாவிடமிருந்த அந்தத் தன்னம்பிக்கையையும், நேர்மறை அணுகுமுறையையும், எல்லோர் மீதும் அன்பு செலுத்துவதையும், எந்தக் காரியத்தையும் முழுமையாகவும், நேர்த்தியாகவும் செய்து முடிப்பதையும்தான் எனது முன்னுதாரணங்களாகக் கொண்டு கடைப்பிடித்து வருகிறேன்.

சிறுவயது முதல் எங்கே போனாலும் உம்மாவுடனே எனது பயணங்கள் அமைந்திருந்தன. அவருடன்தான் நிறையக் காலங்கள் வாழ்ந்திருக்கிறேன். என்னை வெகுவாகப் புரிந்து கொண்ட ஒரு நெருக்கமான தோழி போலத்தான் உம்மா என்னுடன் பழகியிருக்கிறார். உம்மாவுடன் எதைப் பற்றியும் என்னால் பகிர்ந்து கொள்ள முடிந்தது. நான் நிறைய வாசிப்பதற்கும், எழுதுவதற்கும் உம்மாவின் வாசிப்புப் பழக்கமே காரணமாக இருந்தது என்பதை முன்பே எனது நேர்காணல்களில் சொல்லியிருக்கிறேன். இலக்கியம், ஊடகம் என எனக்கு ஆர்வமுள்ள துறைகளில் நான் ஈடுபட முற்பட்ட போதெல்லாம் அவர் என்னை ஊக்குவித்தாரேயொழிய தடுத்ததே இல்லை. அந்த அவரது ஆசிகளின் காரணமாகத்தான் அவற்றிலெல்லாம் என்னால் வெற்றியீட்ட முடிந்தது.

ஆகவே திடீரென்று அவரை இழந்த போது, அது ஏற்படுத்திய பெருந் துயரத்தைக் கடப்பதென்பது எனக்கு மிகவும் சிரமமாக இருந்தது. அந்தக் கவலையிலிருந்து எனது எண்ணங்களைத் திசைதிருப்பதற்காகவே கடந்த மூன்று வருட காலத்தில் நான்

அதிகளவில் வாசிக்கவும், எழுதவும், மொழிபெயர்க்கவும் செய்திருக்கிறேன் என்று நினைக்கிறேன்.

இந்த மூன்று வருடங்களாக உம்மா எனது கனவில் வராத நாளே இல்லை எனலாம். உம்மாவுடன் அமர்ந்து கதை பேசிக் கொண்டிருக்கும் கனவுகளே அதிகம். அந்தக் கனவுகளிலெல்லாம் உம்மா தனது இளமைக் காலத்தில் இருந்தது போலவே நேர்த்தியாக இள வர்ண கைத்தறிச் சேலை அணிந்து, நீண்ட கூந்தலோடு முன்பு போலவே பேரழகியாகத் தெரிவார். உம்மாவுடன் பேசிக் கொண்டிருக்கும் அந்த அற்புதமான கணங்களிலிருந்து மீண்டு விழித்தெழும்போது அவ்வளவு நேரமும் நாங்கள் என்ன பேசிக் கொண்டிருந்தோம் என்பது எனக்கு மறந்து போயிருக்கும்.

இந்த மூன்று வருட காலத்துக்குள் என்னை அதிகமாக எழுதத் தூண்டிய அந்தத் தன்னம்பிக்கையையும், உறுதியையும் உம்மாதான் கனவில் அவரது வார்த்தைகள் மூலம் எனக்குத் தந்தார் என்றே நம்புகிறேன். என்னதான் வெளியுலகத்துக்கு உம்மா இறந்து விட்டார் என்றாலும், என்னைப் பொறுத்தவரையில் அவர் என்னுள்ளே இப்போதும் உயிர் வாழ்ந்துகொண்டுதான் இருக்கிறார்.

தொடர்ச்சியாக எழுதிக் கொண்டிருக்கும் எழுத்தாளர்களுக்கு பொதுவாக ஒரு கட்டத்தில் எழுதுவதற்கு ஒரு மனத்தடை, ஒரு ஸ்தம்பிப்பு ஏற்படுமே. சிந்தனையோட்டத் தடை என்றும் அதைச் சொல்வார்கள். அவ்வாறான ஒரு ஸ்தம்பிப்பில் சில மாதங்களைக் கழித்துக் கொண்டிருந்த வேளையில்தான் வழமை போலவே ஓரிரவில் உம்மா கனவில் வந்து பேசிக் கொண்டிருந்தார். என்ன பேசினோம் என்று நினைவில்லை. ஆனால் உம்மா கனவில் சொன்ன ஏதோ ஒரு வார்த்தைதான் விடிகாலையிலேயே எனது உம்மாவைப் பற்றி எழுத வேண்டும் என்ற எண்ணத்தை எனக்கு அளித்து என்னை உந்தித்

தள்ளிக் கொண்டேயிருந்தது. அன்று ஒக்டோபர் மாதம் மூன்றாம் திகதி.

இந்த நாவலின் ஆரம்ப வரியை அன்றுதான் எழுதினேன். அப்போது இது நாவலாக வருமா, சிறுகதையாக வருமா, இல்லாவிட்டால் ஒரு நாட்குறிப்பு மாத்திரமே ஆகுமா, எழுதத் தூண்டும் இந்த உத்வேகம் ஒரு நாளோடு நின்றுபோகுமா, எத்தனை நாட்களுக்கு இதை எழுதப் போகிறேன் போன்ற உத்தேசமான எண்ணமோ, தீர்மானமோ எதுவுமே எனக்கு இருக்கவில்லை. அவ்வளவு காலமும் எழுதுவதற்கு எனக்கு இருந்த மனத் தடையை உடைத்தெறியும் விதமாக 'அம்மா' எனும் இந்த நாவல் தினமும் பல ஆயிரம் வார்த்தைகளாக தொடர்ச்சியாக என்னைக்கொண்டு தன்னை எழுதிக் கொண்டது.

எனது சிறுபராயம் முதல் இரண்டு உம்மாக்களிடம்தான் நான் அதிகம் வளர்ந்திருக்கிறேன். ஒருவர் எனது உம்மா. மற்றவர் எனது பெரியம்மா. இருவருமே காலமாகி விட்டார்கள். பெரியம்மா, மூத்த சகோதரன், உம்மா என்ற வரிசையில்தான் அவர்களது மரணங்கள் நிகழ்ந்தன. கடந்த மாதத்தின் இறுதியில் ஓர் நாள் இவர்கள் மூவரும் பெரியம்மா வீட்டு விறாந்தையில் ஒன்றாக அமர்ந்து கதைத்துக் கொண்டிருப்பது போல ஒரு கனவு கண்டேன். எனது மூத்த சகோதரியும் கனவில் இவர்களுடன் கதைத்துக் கொண்டிருந்தார். அந்தக் கனவில் நானிருக்கவில்லை. அந்தக் கனவு கண்டு சில தினங்களில் இதே நவம்பர் மாதத்தின் தொடக்கத்தில் எனது மூத்த சகோதரியும் காலமாகி விட்டார். இந்த நாவல் அப்போதுதான் முடிவுக்கு வந்தது. ஆகவே இதை முழுமையாக எழுதி முடிக்க எனக்கு சரியாக ஒரு மாதம் எடுத்திருந்தது.

'அம்மா' எனும் இந்த நாவல் எனது ஐம்பதாவது நூலாக வெளிவருகிறது. இது எனது ஊரினதும், மாவட்டத்தினதும்,

மாகாணத்தினதும் முதல் தமிழ் நாவல் என்று நண்பர்கள் சொல்கிறார்கள். இந்த நாவல் முழுவதும் ஒரு நாளில் நடக்கும் சம்பவமே பதிவாகியிருக்கிறது. இந்த நாவல் எனது உம்மாவின் கதையா என்று கேட்டீர்களானால், இது எனது உம்மாவினதும், உங்கள் அனைவரினது அம்மாக்களினதும் கதை என்றே கூறுவேன்.

பிள்ளைகள் இருந்தும் எத்தனையோ பெற்றோர்கள் முதியோர் இல்லங்களில் வாடுவதுவும், மோசமான ஆசிரியர்களால் மாணவர்களது வாழ்க்கைகளே மோசமான வழிகளில் திசைமாறிப் போவதையும், ஊர்களில் சில தரப்பினர்கள் தரக் குறைவாக நடத்தப்படுவதையும், பிள்ளைகளை வளர்த்தெடுப்பதற்காக பெற்றோர்கள் குறிப்பாக தாய்மார்கள் செய்யும் அர்ப்பணிப்புகளையும், பெற்றோர்களை பிள்ளைகள் எவ்வாறெல்லாம் போற்றிப் பராமரிக்க வேண்டும் என்பதையும் பிரச்சார நெடி தலைதூக்காமல், நேர்மறையான எண்ணத்தோடு இந்த நாவலின் மூலம் நல்ல விடயங்களை எடுத்துச் சொல்ல முயன்றிருக்கிறேன்.

இந்த நாவலில் ஊரில் மிக மூத்தவரும், ஊராரினது பிரசவங்களையும், சவங்களையும் கண்டவரான செவ்வாச்சி தவிர வேறு எவருக்குமே நான் பெயர் எதுவும் சூட்டவில்லை. வாசகர் இந்த நூலை வாசிக்கும்போது இந்தக் கதைக்களத்தில் தன்னைப் பொறுத்திக் கொண்டு தனது அம்மாவை, தனது குடும்பத்தை, தனது அயல்வாசிகளை, தனது ஆசிரியர்களை, தனது ஊரை தானாகவே உணர வேண்டும் என்பதுதான் அதற்குக் காரணம்.

முக்கியமாக யாருக்கெல்லாம் அம்மா இல்லையோ, அம்மா இருந்தும் யாரெல்லாம் அவர்களை அன்பாகப் பராமரிப்பதில்லையோ அவர்கள் எல்லோரும் இந்த 'அம்மா'வை

வாசித்தேனும் தமது அம்மாவை நினைவுகூர்வார்களாயின், உயிரோடிருக்கும் அம்மாக்களுக்கான தமது கடமைகளை ஒழுங்காகச் செய்வார்களாயின் அதையே இந்த நாவலின் வெற்றி என்பேன்.

என்னை எழுதத் தூண்டி வெகுவாக ஊக்குவிக்கும் வார்த்தைகள் எப்போதும் ஷைலஜாவிடம் இருக்கின்றன. இந்த நாவலை எழுதிக் கொண்டிருந்த காலத்தில் நான் சோர்வடைந்தபோதெல்லாம் அந்த அன்புச் சகோதரியின் வார்த்தைகள்தான் என்னைத் தொடர்ச்சியாக எழுதத் தூண்டின.

எனது உம்மாவின் இறுதிச் சடங்குகளில் கலந்துகொண்ட மற்றும் அவருக்காகப் பிரார்த்தித்த அன்புள்ளங்கள் அனைவரையும், இந்த நாவலைப் பதிப்பிக்கும் வம்சி பதிப்பக உரிமையாளர் ஷைலஜா பவா செல்லதுரையையும், நூலை வடிவமைத்தவர்களையும் இந்தக் கணத்தில் மனமார்ந்த நன்றியோடும், அன்போடும் நினைவுகூர்கிறேன்.

என்றும் அன்புடன்,

எம். ரிஷான் ஷெரீப்

22.11.2023

1

அம்மா இன்று இப்படித்தான் மரித்துப் போயிருந்தாள்!

காலையிலேயே மழை படிப்படியாக அதிகரிப்பதை உணர முடிந்தது. கூரையின் சின்னஞ்சிறு ஓட்டைகள் வழியே மழையானது உள்ளேயும் எட்டிப் பார்த்து என்ன செய்கிறாய் என்று கேட்பது போலிருந்தது. மழை பெய்யும்போது அதே ஓட்டைகள் வழி மழை நீர் துளித் துளியாய் வீட்டினுள்ளே சொட்டிக் கொண்டேயிருப்பது வழமைதான்.

மழைத் துளி சொட்டும் இடங்களில் வீட்டிலிருக்கும் பாத்திரங்களை ஒவ்வொன்றாக எடுத்து வைப்பாள் அம்மா. மழையின் வேகத்திற்கேற்ப பாத்திரங்களில் நிரம்பும் மழைநீரை வெளியே கொட்டும் தடவைகளும் அதிகரிக்கும் அல்லது குறையும். பலத்த மழை பெய்யும்போது அவ்வாறு கொல்லைத் திண்ணையிலிருக்கும் பெரிய மண்பானையில் மழைநீரைக் கொட்டி விட்டு வரும்போதே வீட்டினுள்ளே பாத்திரம் வைக்கப்பட்டிருந்து வெற்றிடமான மண் தரையில் கூரையிலிருந்து மழைத் துளி விழுந்து குழி பறித்திருக்கும்.

அம்மா மரித்த இன்றைய நாளின் காலை வேளையிலும் அவ்வாறானதொரு பலத்த மழைதான் பெய்தது. வீட்டினுள்ளே விழும் தண்ணீரைச் சேகரித்துக் கொட்ட பாத்திரங்கள் போதவில்லையென சேலைத் தலைப்பைச் சுருட்டித் தலை நனையாமல் மூடிப் பிடித்துக்

கொண்டு வெளியே ஓடிப் போனவள் இன்னும் வீடு திரும்பவில்லை என்பதையே சிறிது நேரம் கழித்துத்தான் நான் உணர்ந்தேன்.

பச்சையோ, நீலமோ என்று பிரித்தறிய முடியாதவொரு வர்ணத்தில் நைந்து போயிருந்த நைலோன் சேலையை இன்று அவள் அணிந்திருந்தாள். அந்தச் சேலையைத்தான் என்னைப் பாடசாலைக்குச் சேர்த்துவிட வரும்போது அவள் அணிந்திருந்தாள் என்பது இப்போதும் நன்றாக நினைவிருக்கிறது. ஞாபகங்களை அவ்வளவு சீக்கிரமாகச் சுருட்டிப் பொதிந்தெடுத்து எறிந்துவிட முடியுமா என்ன?! எப்போ தெல்லாம் அந்த வர்ணத்தைக் காண்கிறேனோ அப்போ தெல்லாம் அந்த ஞாபகம் வருவதைத் தடுக்கவே முடியவில்லை.

இன்று காலையிலிருந்தே அவ்வளவு மழை. மழையென்றால் மழை அப்படியொரு மழை. கூரை வழியே வீட்டுக்குள் தண்ணீர் கொட்டுவது போகட்டும். தடதடவென கூரையை யாரோ போட்டு இடிப்பது போல மழை ஓங்கியோங்கி அடிப்பது போகட்டும். அவ்வளவு இரைச்சல்களுக்கு மத்தியிலும் வெளியே போன அம்மா வீட்டுக்குள் வரவில்லையே என்ற எண்ணம் மனதின் ஒரு மூலையிலிருந்து மெதுவாகத்தான் கிளம்பி கொஞ்சம் கொஞ்சமாய் வெகுதாமதமாகத் தான் பேரிடி போல எனது மூளையைத் தாக்கியது.

இந்தக் கணம் அம்மா உள்ளே வந்து விடுவாள். இதோ கொல்லை வாசல் வழியே சேலைத் தலைப்பை உதறியவாறு உடலில் நீர் வடிய வடிய, அந்த நீரும் வீட்டினுள்ளே மண் தரையில் சொட்டச் சொட்ட உள்ளே வந்துவிடுவாள் என்று தோன்றியது. கொல்லை வாசலில் இடப்பட்டிருக்கும் சாக்குத் துண்டில் அவள் தனது கால்களில் படிந்திருக்கும் சேறையும், நீரையும் தேய்த்துத் துடைத்துக் கொள்ளும் சரசர ஓசைக்காக எனது காதுகள் காத்துக் கொண்டிருந்தன.

அப்படியே சற்றுநேரம் கயிற்றுக் கட்டிலில் அவளுக்காகக் காத்திருந்தவாறு அமர்ந்திருந்தேன். தொடர்ந்தும் மனதை ஏதோ

செய்ய அதற்கு மேலும் தாங்க முடியாமல்தான் கொல்லை வாசலுக்குப் போய் வெளியே எட்டிப் பார்த்தேன்.

அம்மாவைக் காணவில்லை. இந்த மழையில் அப்படி எங்குதான் போயிருப்பாள் என்றுதான் தோன்றியதே தவிர, அவள் மீண்டும் உயிரோடு திரும்ப மாட்டாள் என்பதெல்லாம் அப்போது எனக்கு உறைக்கவேயில்லை. அப்படியே சில கணங்கள் நான் மழையையே வெறித்துப் பார்த்துக் கொண்டிருந்தேன்.

அருகே ஈர விறகின் காரணமாக அதிகமாகப் புகையும் அடுப்பின் மீது மண் பானையில் மரவள்ளியோ ஏதோ கொதித்துக் கொண்டிருக்கும் ஓசை காதில் விழுந்ததும்தான் சட்டென்று அந்தப் படபடப்பு எனக்குள் அதிகரித்தது. அடுப்பினருகே தெரிந்த மண்ணெண்ணெய் போத்தல் பார்வைக்குப்பட்டது. அதனுள்ளே இளஞ்சிவப்பு நிறத் திரவம் மின்னியது. அதில் கொஞ்சம் ஊற்றித்தான் விறகை அவள் எரியச் செய்திருக்கக் கூடும். இல்லாவிட்டால் இந்த மழையில் ஈர விறகுச் சுள்ளிகள் எங்கே எரியப் போகிறது?! அம்மா இன்னும் வீடு திரும்பவில்லை என்ற உணர்வும் அந்தத் தீச்சுவாலையைப் போலவே எனக்குள் கனன்று கனன்று எரியத் தொடங்கியது.

அவள் கடைசியாக மரவள்ளியைக் கிளறிக் கொடுத்த சிரட்டை அகப்பையும் பானையினருகே ஓர் அலுமினியத் தட்டின் மீது வைக்கப்பட்டிருந்தது. அம்மா வருவாள். மரவள்ளி வேகும் பானையை மீண்டும் கிளறி கிழங்குகள் நன்றாக வெந்திருக்கிறதா என்று அகப்பையில் அவற்றில் ஒன்றிரண்டை அள்ளி எடுத்துப் பார்ப்பாள் என்றே மீண்டும் மீண்டும் எனக்குத் தோன்றியது.

அம்மா வெளியே கிணற்றடிக்குத்தான் போனாள் என்பதே எனக்குப் பின்னர்தான் தெரிய வந்தது. எல்லா அனர்த்தங்களும், விபத்துகளும் நடந்து முடிந்ததன் பிறகுதானே தெரியவே வருகிறது?! அதற்குப் பிறகு உச்சுக் கொட்டியோ, பரிதாபப்பட்டோ என்னதான் செய்ய முடியும்?!

எம். ரிஷான் ஷெரீப்

வலது கையைத் தலைக்கு மேலே வைத்து மழையில் நனையாமல் என்னைப் பாதுகாத்தவாறு நான் அம்மாவின் காலடிச்சுவடுகளைத் தொடர்ந்தவாறு அவளைத் தேடிக் கொண்டு கொல்லைத் திண்ணை வழியே வீட்டுத் தோட்டத்துக்குள் நுழைந்தபோது எதேச்சையாகத்தான் கிணற்றடிச் சேற்றில் அவள் வழுக்கியிருந்த தடயத்தைக் கண்டேன். பதறி ஓடிப் போய் கிணற்றுக்குள் எட்டிப் பார்த்த போது, மழைநீர் பட்டுத் தெறிக்க உள்ளே இரண்டு உள்ளங்கால்கள் மாத்திரம் மிதந்துகொண்டிருப்பதைக் கண்டேன்.

சறுக்கி விழுந்த வேகத்தில் அம்மா கிணற்றுக்குள் தலைகுப்புற விழுந்திருந்தாள். அவளது தலை அந்த ஆழமான கிணற்றின் அடிச் சேற்றில் புதையுண்டிருந்தது.

கிணறு ஒன்றும் வீட்டிலிருந்து வெகுதூரத்திலில்லை. கொல்லை வாசலிலிருந்து எட்டிப் பார்த்தால் கிணறு பார்வைக்குப் புலப்படாது. கொல்லை வாசலுக்கும், கிணற்றுக்குமிடையே செழித்து வளர்ந்திருக்கும் வாழைமரங்கள் கிணற்றை மறைத்துக் கொண்டிருக்கும். கிணற்றின் மறுபுறத்தில் அடர்ந்து வளர்ந்திருக்கும் கறிவேப்பிலைச் செடியும், பப்பாளி, கொக்கோ மரங்களும், மஞ்சள், இஞ்சிச் செடிகளும், பயற்றங்காய்ப் பாத்தியும், இளநீர் மரங்களும், மரவள்ளிச் செடிகளும், கிணற்றுத் தண்ணீர் ஓடும் இடங்களில் கங்கூனும், பசளிக் கீரையுமென அம்மாவின் கை வண்ணம்தான் வீட்டுத் தோட்டமாக உருவெடுத்திருந்தன. அனைத்துமே கிணற்றை மையமாகக் கொண்டு உருவாக வேண்டும் என்ற எவ்வித முன்தீர்மானமும் இல்லாமலே அம்மாவால் அந்தப் பசுமையான தோட்டத்தை உருவாக்கி விட முடிந்திருந்தது அற்புதம்தான், இல்லையா?!

அம்மாவே அற்புதம்தான். அம்மாவால் வாய் பேச முடியாது. காதும் கேட்காது. அம்மாவுக்குப் பிறப்பிலிருந்தே காது கேட்காததால்,

வாய் பேசவும் முடியாமல் போயிற்றாம். அதுவரையில் குரலென்று சொல்லக் கூடிய ஓசை எதுவுமே அவளிடமிருந்து வெளிப்பட்டதை நான் கேட்டதேயில்லை. அப்படிப்பட்டவள் கிணற்றினுள் விழும்போது எவ்வாறு தன்னைக் காப்பாற்றச் சொல்லிக் கத்தி ஓசையெழுப்புவாள்?! மதில் சுவர் இல்லாத, பெரிய ஆழக் குழி போன்றிருந்த கிணற்றுக்குள் சருக்கி விழுந்தவள் சேற்றுமண்ணுக்குள் தலைபுதைய எவ்வளவுதான் கால்களைத் தண்ணீரில் அடித்தவாறு துடித்துக் கொண்டிருந்திருப்பாள்?! வாய் பேச முடியாதவள் எவ்வாறு தண்ணீரினுள்ளே தத்தளிக்கும்போது தன்னைக் காப்பாற்றச் சொல்லி ஓலமிடுவாள்?!

அனைத்துக்கும் இன்னின்னதென்று ஒரு நேரமிருக்கிறதல்லவா? இது இந்த நேரத்தில்தான், இவ்வாறுதான் நடைபெற வேண்டும் என்ற ஒரு நியதி ஏற்கெனவே எழுதப்பட்டிருக்கிறது என்று சொல்வார்களே! அதன் பிரகாரம் அம்மாவைக் காப்பாற்றவும் அதற்கான ஒரு குறிப்பிட்ட நேரம் இருந்திருக்கும். அந்த நேரம் தாண்டும்வரைக்கும் தான் நான் வீட்டினுள்ளே பதைபதைத்துக் கொண்டிருந்தேனோ என்னவோ?!

அவள் விழுந்த சத்தமாவது எனக்குக் கேட்டிருந்தால்?! தண்ணீரில் தேங்காயொன்று விழுந்தால் கூட தொப்பென்று ஒரு சத்தம் கேட்குமே. அம்மா ஒல்லியானவள் என்றாலும் கூட தேங்காயை விடவும் எடை கூடியவளாயிற்றே. எவ்வளவு பெரிய சத்தம் கேட்டிருக்க வேண்டும். அந்தச் சத்தத்தை மழுங்கடித்த பாழாய்ப் போன மழையின் பேரிரைச்சலும், தகரக் கூரையில் மழை பெய்யும் ஓசையும் எமது வாழ்க்கையில் எவ்வளவு பெரிய கோரத்தைச் செய்து விட்டு இன்னும் இரைந்துகொண்டேயிருக்கின்றன.

அம்மா இன்று இப்படித்தான் மரித்துப் போயிருந்தாள்!

2

அம்மா!

தனது வாழ்நாள் முழுவதும் எவ்வளவு விடயங்களை வெளியே கூறவியலாமல் தனக்குள் அடக்கி வைத்திருந்திருப்பாள் அம்மா?! உலகத்தின் அத்தனை ஓசைகளும் எப்படியிருக்கும் என்ற யோசனையும், அவற்றைக் கேட்டுப் பார்க்கும் ஆசையும் அவளுக்குள் இருந்திருக்காதா என்ன?! நான் பிறந்தவேளையில் எனது முதல் அழுகையை, நான் மழலையாகப் பேசிய முதல் வார்த்தையைக் கேட்கும் பேராவல் அவளுக்குள் என்னென்ன உணர்வுகளைக் கிளர்த்தியிருக்கும்?!

ஏன் எனது அம்மா மட்டும் ஊரிலிருக்கும் ஏனைய அம்மாமார்களைப் போல இல்லையென்று சிறுவயதில் எவ்வளவு மனம் நொந்து அழுதிருக்கிறேன்?! அப்போதெல்லாம் பாட்டிதான் என்னைத் தேற்றுவாள். சிறுவயதில் அம்மாவும் அப்படித்தானே அழுதிருப்பாள்?! தன்னால் மாத்திரம் ஏன் ஏனையவர்களைப் போல பேச முடியவில்லை, தனக்கு மாத்திரம் ஏன் எதுவுமே கேட்பதில்லை என்றெல்லாம் எவ்வளவு வருத்தப்பட்டிருப்பாள்?!

கிணற்றுக்குள் விழுந்ததும் அந்தத் தண்ணீருக்குள் அவள் எவ்வளவு துடித்திருப்பாள்?! எவ்வளவு பதறியிருப்பாள்?! தனக்கு மரணம் இப்படித்தான் வருமென்று எண்ணிப் பார்த்திருப்பாளா?! அந்தக்

கிணற்றுக்குள் ஊறிக் கொண்டேயிருக்கும் நீரைப் போல கூரைத் தகரம் வழியே வீட்டுக்குள் ஒழுகிக் கொண்டேயிருந்த மழை நீரை எத்தனை எத்தனை பாத்திரங்களில் சேகரித்து வெளியே கொட்டியிருப்பாள்?! அப்போதெல்லாம் அவளுக்கு இவ்வாறானதோர் மழைக் கணத்தில்தான் தனக்கு மரணம் வரும் என்று தனது மரணத்தைப் பற்றிய ஏதேனுமொரு நினைப்பாவது வந்திருக்குமா?!

யார்தான் தமது மரணத்தை நினைக்காமல் இருப்பார்கள்?! அது எப்போது எப்படி வரும் என்பது யாருக்குத்தான் தெரியும்?! தான் இப்போது சாப்பிடுவதுதான் இறுதி உணவு என்பதை மரண தண்டனை விதிக்கப்பட்ட குற்றவாளியைத் தவிர்த்து வேறு யாரால்தான் உறுதியாகக் கூற முடியும்?!

பசியோடு செத்துப் போயிருக்கிறாள் அம்மா. மரவள்ளி வேகுவதற்காகவும், அதை எனக்குப் பரிமாறிவிட்டு தானும் சாப்பிடுவதற்காகவும் ஆவலுடன் காத்திருந்திருப்பாள் அவள். எனது அலுமினியத் தட்டைக் கழுவித் தயாராக எடுத்து வைத்திருந்தாள். அவளுக்கென்றொரு களிமண் பாத்திரத்தை அவள் எப்போதும் தனியாக வைத்துக் கொண்டிருந்தாள்.

அடியில் சிறிய வட்டத் தாங்கியொன்றும் இருந்த அந்தச் சிறிய பாத்திரத்தில்தான் காய்கறிகளை வெட்டிக் கழுவுவாள்; எப்போதாவது வீட்டில் சமைக்கும் மீனுக்கும், கோழிக்கும் மசாலா தடவி ஊற வைப்பாள். சமைக்கும்போது அடுக்களைப் பாத்திரமாகப் பயன்படும் அது சாப்பிடும் நேரத்தில் அவளது உணவுத் தட்டாக மாறி விடும். அதில்தான் கஞ்சியை ஊற்றிக் குடிப்பாள்; சோற்றை இட்டுப் பிசைந்து உருண்டை பிடித்துச் சாப்பிடுவாள்.

எனது சிறுவயதிலிருந்தே அவளது அந்தப் பாத்திரத்தில் என்னைச் சாப்பிட விடவே மாட்டாள். அது பெரிய ஆட்களுக்கான பாத்திரம் என்றும், சிறுபிள்ளைகள் அதில் சாப்பிடக் கூடாதென்றும் பாட்டியும்

சொல்வாள். அந்தப் பாத்திரமும் கழுவப்பட்டு எனது அலுமினியத் தட்டின் அருகில் வைக்கப்பட்டிருக்கிறது.

எனது ஓலம் கேட்டு இந்த மழையிலும் ஓடி வந்திருக்கும் அயலவர்கள் எவரும் அவை எவையையும் தொடவேயில்லை. ஆழமான கிணறு என்பதால் எங்கிருந்தோ நீண்டதும், பலமானதுமான கயிறொன்றைத் தேடியெடுத்துக் கொண்டு வந்தவர்கள் அதன் ஒரு முனையில் தூக்குப் போட்டுக் கொள்வதற்குப் போடுவது போல வட்டமாக முடிச்சிட்டு அதில் அம்மாவின் கால்களை மாட்டச் செய்து மேலே இழுத்து அவளை வெளியே தூக்கியெடுக்கிறார்கள்.

தனது உள்ளங்கைகளிரண்டையும் இறுக்கமாகப் பொத்திப் பிடித்திருந்தாள் அம்மா. தலை நனையாமல் சுருட்டிப் பிடித்து மறைத்துக் கொண்டு ஓடிய பச்சையா, நீலமா என்ற சந்தேகத்தைத் தோற்றுவிக்கும் நைந்த அந்த நைலோன் சேலைத் தலைப்பானது அவளைத் தலைகீழாகத் தூக்கியபோது கிணற்றை விட்டு வரவே மாட்டேன் என்பதுபோல தண்ணீரைத் தொட்டுக் கொண்டு நின்றதை எனது மரணம் வரைக்கும் என்னால் மறக்கவே முடியாதிருக்கும். அந்தச் சேலையின் நிறம் இனியும் என்னைத் துன்புறுத்தும்.

நான் என்ன செய்திருக்க வேண்டும்?! விடாமல் ஒழுகுகிறது, வீட்டுக்குள் வைக்க வேறு பாத்திரங்கள் இல்லை என்பதைப் புரிந்துகொண்டு நானே ஏதாவது பாத்திரத்தைத் தேடிக் கொடுத்திருக்க வேண்டுமா இல்லையா?! கொடுத்திருந்தால் அவள் வெளியே போயிருப்பாளா?! இப்படித் துடிதுடித்துச் செத்துப் போயிருப்பாளா?! அப்படியே அவள் பாத்திரம் தேடி முற்றத்துக்கு ஓடுவதைக் கண்டும் ஏன் நான் பேசாமல் இருந்தேன்?! கழுவுவதற்காக வைக்கப்பட்ட பத்துப் பாத்திரங்கள் கிணற்றடியில்தான் கிடக்கின்றன என்பதை நன்றாக அறிந்திருந்தும் அதை எடுத்து வர நான் போகாமல் ஏன் அம்மாவைப் போக விட்டேன்?!

3

அம்மாவைக் கொண்டு வந்து கிடத்தியிருக்கும் எனது கயிற்றுக் கட்டிலின் ஓரத்தில் எவ்வளவு நேரம்தான் நான் சிலைபோல அமர்ந்திருக்கிறேன்?! அவ்வளவு நேரமும் உள்ளுக்குள் பதைபதைப்போடு அம்மாவைத் தேடிய எனது பதற்றமெல்லாம் அவளைச் சடலமாகக் கட்டிலில் கிடத்தியதுமே அப்படியே அடங்கிப் போயிற்று.

அப்போது முதல் இப்போது வரை எத்தனை பேர் என்னைப் பிடித்து உலுக்கிக் கொண்டிருக்கிறார்கள்?! நான் அசைந்தே கொடுக்காமல் கற்பாறை போல அமர்ந்திருந்து கழுத்து வரை சேறு படிந்திருக்கும் அம்மாவையே பார்த்துக் கொண்டிருக்கிறேனே. ஏனது?!

அம்மாவின் கண்கள், இமைகள், புருவங்கள், மூக்கு, உதடுகள், கன்னங்கள் என எல்லாவற்றிலுமே சேறு படிந்திருக்கிறது. அவளது சுருண்ட, குட்டைத் தலைமயிர் முழுவதும் திட்டி திட்டியாகச் சேறு. கருஞ்சாம்பல் நிற சிலையொன்றைத் தலைகீழாகத் தூக்குவது போல அவர்கள் அவளைத் தூக்கியெடுத்ததை நான் கண்கொட்டாமல் எப்படிப் பார்த்துக் கொண்டிருந்தேன்?! அவ்வேளையில் என்னை இரண்டு, மூன்று பேர் இறுகப் பற்றிப் பிடித்துக் கொண்டிருந்தார்கள். நான் திமிறிக் கொண்டிருந்தேனா? இல்லையே!

எனது கயிற்றுக் கட்டிலை இழுத்துப் போட்டு அதில் அம்மாவைப் பத்திரமாகக் கிடத்திய பிறகுதான் அவர்கள் என்னை விட்டார்கள். என்ன பத்திரமாக? உயிரிழந்த பிறகு உடலுக்கு என்ன பத்திரம் வேண்டிக் கிடக்கிறது?!

நான் அதே கட்டிலின் ஓர் ஓரத்தில் அமர்ந்திருக்கிறேன். அம்மாவையே பார்த்துக் கொண்டிருக்கிறேன். அயலிலிருக்கும் பெண்கள் அழத் தொடங்கியிருக்கிறார்கள். சூழவிருக்கும் ஆண்களின் முகங்களிலும் கூட சோகம் படிந்திருக்கிறது.

மண் சரிவும், மரணங்களும் ஊரில் புதிதல்ல என்றாலும், அயலில் திடீரென்று வரும் ஓர் அகால மரணம் அனைவர் மனதிலும் பெரும் துயரத்தைத் தூக்கி வைத்து அழுத்தத்தான் செய்கிறது. சூழ எழுந்திருக்கும் துயர அலைகளுக்குள் நான் மூழ்கித் தத்தளித்துத் தத்தளித்து மேலும் மேலும் துயருற்றுக் கொண்டிருக்கிறேனோ என்றே எனக்கு விளங்கவில்லை.

கூரையிலிருந்து சிதறிய மழைநீர்த் துளிகள் இப்போதும் வீட்டினுள்ளே சொட் சொட்டென்று விழுந்து கொண்டேயிருக்கின்றன. நீர் ஒழுகுவதைச் சேகரிப்பதற்காக வைத்திருந்த பாத்திரங்களில் நீர் நிரம்பி வழிந்து மண் தரையைச் சேறாக்கிக் கொண்டிருக்கின்றன. எந்த இடத்தில் வைக்கப் பாத்திரமில்லை என்று அம்மா தேடிப் போனாளோ அந்த இடத்தில் தரையில் ஒரு சிறு குழியே உருவாகியிருக்கிறது. அம்மாவைப் புதைப்பதற்கான கல்லறையின் சித்திரத்தைக் கூரையிலிருந்து நீர்த் தூரிகை வழியே காலம் இவ்வாறாகத் தரையில் இப்போதே வரையத் தொடங்கியிருக்கிறது.

இவ்வாறாக அம்மாவையே பார்த்துக் கொண்டு, அவள் அருகே கட்டிலில் அமர்ந்திருக்கும்போது கூட எனக்கு அழுகை வரவே மாட்டேனென்கிறது. அதற்கு மாறாக அவள் மீது பெருங்கோபமே

எனக்குள் உருவெடுக்கிறது. அவள் ஏன் இப்படிச் செய்தாள்?! யாருமேயற்ற அனாதையாக அவள் ஏன் என்னைத் தனியே விட்டுவிட்டுப் போகத் துணிந்தாள்?! நான் பற்களைக் கடிக்கிறேன். முற்றத்திலிருக்கும் பாறையைப் போலவோ, பலா மரம் போலவோ அப்படியே அவளும் நீடித்து நிலைத்து இருந்திருக்கக் கூடாதா?!

அம்மாவைப் போல இந்த வீட்டை நிரப்ப, அம்மாவைப் போல வேறு யார்தான் இருக்கிறார்கள்?! அல்லது யார்தான் வருவார்கள்?! அவ்வாறு வருபவர்களால் அம்மாவைப் போல இந்த வீட்டை நிரப்ப முடியுமா?!

ஓசையெதுவுமே எழுப்ப முடியாத அமைதியால் ஆனவள்தான் அம்மா. என்றாலும் அவளால் எழுந்த ஓசைகள் இந்த வீட்டை எவ்வளவு உயிரோட்டமாக வைத்திருந்தன?! அவள் நடமாடியபோது எழுந்த அவளது சேலையின் சரசரப்புத்தானே அருகில் அவள் இருக்கிறாள் என்பதை உணர்த்தி சிறுபராயம் முதலே என்னை நிம்மதியடையச் செய்தது. கூடம், அறை, சமையலறை என மூன்றே மூன்று பாகங்களைக் கொண்ட இந்தச் சிறிய வீட்டை அவளது நடமாட்டம்தானே பெரும் மாளிகையாக மாற்றியது?! அப்படிப்பட்டவள் ஏன் திடீரென சொல்லாமல் கொள்ளாமல் என்னை விட்டுப் போயிருக்கிறாள்?!

அம்மா இறந்து விட்டாள் என்பதுவும், அவளை அடக்கம் செய்ய வேண்டிய காரியங்களைப் பார்க்க வேண்டும் என்பதுவும் எனக்கு உறைக்கவேயில்லை. அதைக் குறித்த எண்ணமே எனக்கு வரவில்லை.

நான் அம்மாவை நெருங்கியமர்கிறேன். கட்டிலின் ஓரத்தில் சுருண்டு கிடந்த எனது போர்வையால் அவளது முகத்தைத் துடைக்க முற்படுகிறேன். அவளது நெற்றியையும், புருவங்களையும் துடைக்கிறேன். இவ்வளவு நெருக்கமாக அவளது முகத்தை நான்

இதற்கு முன்பு பார்த்ததேயில்லையே என்று எனக்குத் தோன்றுகிறது. யாருடைய திறந்த கண்களிலாவது கருஞ்சாம்பல் நிறச் சேறு நிரம்பியிருப்பதை யாராவது பார்த்திருக்க முடியுமா?! அவளை அப்படிப் பார்ப்பது என்னைத் திடுக்கிடச் செய்கிறது.

அம்மா வழமையாக இரவில் எனது கயிற்றுக் கட்டிலினருகே தரையில் பாயை விரித்துப் படுத்துக் கொள்வாள். அம்மாவின் காவல் எப்போதும் இருக்கும் அந்த வீட்டில் அவள் அப்போதும் எனக்குக் காவலாகத்தான் அருகில் படுத்திருக்கிறாள் என்றே எனக்குத் தோன்றும். நான் நிம்மதியாக உறங்குவேன். பகலெல்லாம் உழைத்துக் களைத்திருப்பவள் என்பதால் இரவில் பாயில் படுத்துக் கொண்டதுமே உறங்கி விடுபவள் அவள்.

அவ்வாறு முந்தைய இரவில் கூட எனக்குக் காவலாக அமைதியாக உறங்கிய அந்தக் கண்களில்தானே இப்போது சேறு அப்பியிருக்கிறது என்று அதைத் துடைக்க முற்படும்போது எனக்குத் தோன்றுகிறது. எனக்கு உதவிக்கு யாரோ அருகில் வருகிறார்கள். எனது கையிலிருக்கும் போர்வையை வாங்கி அருகில் மழைநீர் சேர்ந்திருக்கும் பாத்திரத்திலிருந்த தண்ணீரை அதில் தொட்டு அம்மாவின் கண்களை மிருதுவாகத் துடைக்கிறார்கள்.

4

அம்மாவையே பார்த்துக் கொண்டிருக்கிறேன் நான். இந்தக் கண்களால் எத்தனை தடவைகள் அழுதிருப்பாள். சிறுபராயம் முதலே எந்தச் சந்தோஷத்தையும் அனுபவித்திராதவள் அவள். என்னதான் பாட்டியின் ஆதரவோடு வளர்ந்தவள் என்றாலும் சொகுசானதும், ஒய்வானதுமான வாழ்க்கை அவளுக்கு அமைந்ததேயில்லை. அதை அமைத்துக் கொடுக்க நானும் தவறி விட்டேன் என்பதை இப்போதுதான் நான் உணர்கிறேன்.

ஒரு தாய்ப் பூனை கூட தனது குட்டிகளுக்கு எந்த இடரும் நேரக் கூடாதென எத்தனை எத்தனை இடங்களுக்குத் தாவித் திரிகிறது?! அதுதானே தாய்மையுணர்வு. பிள்ளைகளுக்கு ஏன் தனது பெற்றோரிடத்தில் அந்த உணர்வு வருவதேயில்லை?! அவள் எனக்காகத்தான் தனியாகச் சிரமப்படுகிறாள் என்பது தெரிந்தும் நான் ஏன் அவளை அதிலிருந்து காப்பாற்ற முற்படவேயில்லை?!

எனது அப்பா தென்னை மரத்திலிருந்து தவறி விழுந்து உயிரிழந்த வேளையில் எனக்கு ஒரு வயதோ, ஒன்றரை வயதோதான் இருக்கும் என்று பாட்டி அடிக்கடி சொல்வாள். எதிர்பார்த்தேயிராத விதத்தில் அம்மாவின் தோளில் முழுப் பொறுப்பையும் சுமத்தி விட்டு அப்பா

மரணத்தைத் தழுவியபோது எவ்வளவு மன அழுத்தத்துக்கு ஆளாகியிருப்பாள் அவள்?!

ஒரு ஊரில் எல்லோருமே எளிய ஏழைபாழைகள்தான் எனும்போது சின்னச் சின்னக் கூலி வேலைகளுக்குக் கூட போட்டி அதிகமாக இருக்கும், இல்லையா?! அதேதான் இந்த மலைக்கிராமத்திலும் அன்று தொடக்கம் இன்றுவரை நிலவுகிறது. நான் ஒன்பதாம் வகுப்பு படித்துக் கொண்டிருக்கிறேன். இன்றுவரைக்கும், அம்மாவின் உழைப்புத்தான் என்னைப் படிக்க வைத்துக் கொண்டிருந்தது.

எனக்குப் படிப்பது பிடிக்கும். சில மைல்கள் தொலைவிலிருக்கும் அரச பாடசாலைக்குக் காட்டு வழியே மலையிறங்கி தினமும் நடந்து போய் வர வேண்டும் என்பதனால் சிறுவயதில் சில நாட்கள் நான் சோர்ந்து போயிருப்பேன். அப்போதெல்லாம் அம்மாதான் சைகை பாஷையில் என்னை உற்சாகப்படுத்திக் கொண்டேயிருப்பாள்.

அவ்வாறு உற்சாகப்படுத்தும்போது அவளது முகத்தைப் பார்க்க வேண்டுமே! வதனமே பூரித்து, முகத்தில் ஆர்வமும், சந்தோஷமும் பொங்கி வழியும். படித்தால்தான் நீ பெரிய ஆளாக வருவாய் என்று கையைத் தலைக்கு மேலே உயர்த்திக் காண்பிப்பாள். மெலிந்த அவளது வலக் கரத்தில் எப்போதோ அப்பா போட்டு விட்ட நெளிந்து போயிருக்கும் செம்பு வளையல் அப்போது அவளது மணிக்கட்டிலிருந்து முழங்கை வரை போய் வரும்.

சடலமாகப் படுக்கையில் கிடத்தப்பட்டிருக்கும்போதும் அந்த வளையல் அம்மாவின் கையில் நலிந்து கிடக்கிறது. இறுக்கிப் பொத்தியிருக்கும் உள்ளங்கையருகே போய் விரல் மூட்டுகளைத் தொட்டுக் கொண்டு இறுகி நிற்கிறது அது. அவளைக் குளிப்பாட்டக் கொண்டு செல்லவிருப்பதால் அதைக் கழற்றி என்னிடம் தருகிறார்கள். அந்த வளையலை நான் ஒரு பொக்கிஷம்போல பாதுகாக்க வேண்டும் என்று எனக்குத் தோன்றுகிறது.

சேற்றில் முகம் புதையுண்டு சுவாசிக்கச் சிரமப்பட்டபோது அம்மா என்ன யோசித்திருப்பாள்?! தனது பிள்ளை தன்னைக் காப்பாற்ற வரும் என்ற நம்பிக்கை துளியளவாவது அவளுக்குள் பிறந்திருக்காதா என்ன?! சட்டென்று சறுக்கிக் கிணற்றுக்குள் விழுந்து முகம் சேற்றில் புதையுண்டு உயிருக்குப் போராடிய முதற்கணத்தில் தன்னைக் காப்பாற்றச் சொல்லிக் கதறத் தோன்றியிருக்காதா என்ன?! அக்கணத்தில் எனது முகம் அவளுக்குத் தோன்றியிருக்காதா என்ன?! சுவாசத்துக்குப் போராடி உள்ளங்கைகளை இறுகப் பொத்திய கணத்தில் அவள் என்னை நினைத்திருக்க மாட்டாளா என்ன?!

நான் என்ன சொல்லிக் கொண்டிருந்தேன்?! சிறுவயதில் பாடசாலைக்குப் போக அலுப்பாகிச் சோர்ந்திருக்கும் தருணங்களில் அவள் என்னை உற்சாகப்படுத்துவதைக் குறித்துச் சொல்லிக் கொண்டிருந்தேன், இல்லையா?!

முதன்முதலாக எனது ஆறு வயதில் அம்மாதான் என்னைப் பாடசாலைக்குக் கூட்டிக் கொண்டு போனாள். அவளுக்கு எழுதப் படிக்கத் தெரியாது. ஊரில் பலருக்கும் அந்தளவு எழுத்தறிவு கிடையாது. பாட்டி கூட என்னை அவ்வளவு தூரம் அனுப்பிப் படிப்பிக்கத் தேவையில்லை என்றுதான் சொன்னாள்.

பாட்டி அவ்வாறு சொன்னதற்குக் காரணம் இருக்கிறது. மலை வழி ஒற்றையடிக் காட்டுப் பாதை என்பது எவ்வளவு பயங்கரமான பாதை என்பது மலையும், காடும் நன்கு பரிச்சயமானவர்களுக்கே தெரியும். எந்த நேரத்தில் கரும்புலி இறங்கும், எப்போது புனுகுப் பூனையோ, ஓநாயோ மேலே பாயும், எந்த இடத்தில் மண் இலகுவாகிச் சரியும் என்றெல்லாம் எவராலும் உறுதியாகச் சொல்ல முடியாது. மரணத்தைக் கையோடு பிடித்துக் கொண்டு போவதைப் போலத்தான் காட்டுப் பாதையில் எவரும் நடக்க வேண்டியிருக்கும்.

வீட்டில் வளர்க்கும் நாட்டுக் கோழியைக் குறி வைத்து வேட்டையாட வந்த கரும்புலியொன்று எமது அயல்வாசியொன்றைத் தாக்கி அவர் செத்த சம்பவமும் அந்தக் காலகட்டத்தில்தான் நடந்தேறியிருந்தது. ஆகவே பாட்டி தடை விதித்ததில் ஆச்சரியமேதுமில்லை. அவ்வேளையில் கூட என்னைப் படிக்க வைக்கவே வேண்டும் என்று அம்மாதான் பிடிவாதமாக இருந்தாள்.

அம்மா பிடிவாதக்காரிதான். பேச்சு வராது, காது கேட்காது என்பதற்காக அவளொன்றும் அப்பாவியல்ல. அவ்வாறே அவளை யாரும் ஏமாற்றவும் முடியாது. அத்தோடு சுறுசுறுப்பானவள் அவள். தனது சிறு வயது முதலே காட்டுத் தேன் கூடுகளில் தேன் எடுத்தவள் என்பதாலோ என்னவோ தேனீக்களின் அந்தச் சுறுசுறுப்பு அவளிடமும் ஒட்டிக் கொண்டிருந்தது.

அம்மா என்னைப் பாடசாலையில் சேர்த்து விட்ட பிறகு, எனது பதினோராம் வயது வரை தினமும் அவளுடன்தான் பாடசாலைக்குப் போய் வந்து கொண்டிருந்தேன். விடிகாலையிலேயே எழுந்துகொள்ளும் அவள் கறந்து, சூடாக்கி, ஒரு பெரிய கோப்பை நிறைய ஊற்றி வைத்திருக்கும் பாலைக் குடித்து விட்டு பாடசாலைக்குப் போகத் தயாராகுவேன். அதே சமயத்தில் அவளும் தேனும், நெய்யும் நிரம்பியிருக்கும் போத்தல்களைப் பத்திரமாக ஒரு கனத்த துணியில் சுற்றி பனையோலைப் பைக்குள் அடுக்கி வைப்பாள்.

மதியத்துக்கும் சேர்த்து அவள் தயாரித்து வைத்திருக்கும் உணவையும் பொதி செய்து எடுத்துக் கொண்டு நாங்கள் இருவரும் ஒன்றாகத் தயாராகி வீட்டிலிருந்து புறப்படுவோம். மழை நாளென்றால் அப்பாவின் பெரிய கருப்புக் குடையையும் அவள் தன்னோடு எடுத்துக் கொள்வாள்.

நாங்கள் நடக்கத் தொடங்குவோம். காட்டுப் பாதையில் எந்தெந்த இடத்தில் கால் வைத்தால் சருக்கும்; எந்தெந்த இடங்களில் ஆபத்தான

மிருகங்களின் நடமாட்டங்கள் இருக்கின்றன; களைப்பு தோன்றினால் எவ்விடத்தில் இளைப்பாற வேண்டும்; தாகம் எடுத்தால் எந்த நீர் நிலையில் எவ்விடத்தில் தண்ணீர் குடிக்க வேண்டும்; விஷச் சர்ப்பங்கள் எங்கெல்லாம் மறைந்திருக்கும் போன்ற விபரங்களையெல்லாம் அந்தந்த இடங்களில் அவள் சைகையில் சொல்லித் தருவாள். நான் அவளைப் பார்த்துக் கொண்டே நடப்பேன். முதல் வருடம் முழுவதும் அவள் என்னைத் தூக்கிக் கொண்டு மூச்சிறைக்க இறைக்க நடந்தாள்.

கயிற்றுக் கட்டிலில் கிடக்கும் இந்த மெலிந்த தேகம் இவ்வாறெல்லாம் கருப்பையிலும், வெளியேயும் என்னையும், தேனையும், நெய்யையும் சுமந்து கொண்டு, மலையிறங்கியும், ஏறியும் எவ்வளவு களைத்துப் போயிருக்கும்?! எப்போதேனும் இந்தச் சுமைகளை, இந்தளவு கடினமான வாழ்க்கையை அம்மா வெறுத்திருப்பாளா?! இப்படி வாழ்வதற்குப் பதிலாக செத்துப் போனால் நன்றாக இருக்குமே என்று அவளுக்கு எப்போதாவது தோன்றியிருக்குமா?!

காட்டுப் பாதை வழியே நடந்து சென்று மலையிலிருந்து பள்ளங்களில் இறங்கி இறங்கிப் போனால் முதலில் ஒரு பெருந்தெரு வரும். அது மிகவும் அகலமான நெடுஞ்சாலை. அந்த நெடுஞ்சாலையைக் கடந்து பள்ளத்தில் இறங்கினால் பாடசாலை வரும். அந்த நெடுஞ்சாலையின் ஓரத்திலிருந்து பார்த்தாலே பள்ளத்திலிருக்கும் பாடசாலை நன்றாகத் தெரியும்.

ஆரம்பத்தில் சில மாதங்கள் என்னைப் பாடசாலை நுழைவாயில் வரை கூட்டிக் கொண்டு போய் விட்டு வந்த அம்மா, பின்னர் அந்த நெடுஞ்சாலையைக் கடந்து பாடசாலை தெரியும் இடத்தில் தெருவோரமாக நின்று கொள்வாள். நான் ஏனைய மாணவர்களோடு சேர்ந்து பள்ளத்தில் இறங்கி பாடசாலைக்குப் போவேன். பாடசாலை விடும் சமயம் வரும்போது அம்மா கீழே நுழைவாயிலருகே வந்து

காத்திருப்பாள். என்னுடன் மீண்டும் மேடேறத் துவங்குவாள். சில சமயங்களில் என்னைத் தூக்கிக் கொண்டு மூச்சிறைக்க இறைக்க மேலே ஏறுவாள்.

நான் பாடசாலையில் இருக்கும் சமயத்தில் அம்மா தெருவோரமாக இருக்கும் செங்கொன்றை மரத்தடியில் நின்று கொண்டு தான் எடுத்து வந்திருக்கும் நெய் மற்றும் தேன் போத்தல்களை விற்பாள். அவளே காட்டுக்குள் போய் சேகரித்த சுத்தமான தேன் அது. ஒரு சிறிய போத்தலில் வாடிக்கையாளர்கள் சுவைத்துப் பார்க்கவும் கொஞ்சம் தனியாக எடுத்து வைத்திருப்பாள். அவள் கொண்டு வந்த போத்தல்கள் அனைத்தும் ஒரே நாளில் விற்றுத் தீர்ந்த நாட்களும் இருந்தன. எதுவுமே விற்காமல் அவற்றை மீண்டும் சுமந்து கொண்டு அவள் மலையேறிய நாட்களும் இருந்தன.

நான் நன்றாகப் படித்து அடுத்தடுத்த வகுப்புகளுக்குச் சித்தியடைய அடைய படிப்படியாக அவளை விட்டுத் தூரமாகத் தொடங்கினேன். அவளுடன் கூடச் செல்வதையோ, அவளுடன் சேர்ந்து நடப்பதையோ எனது பாடசாலையில் யாரும் பார்த்து விடுவார்கள் என்று நான் வெட்கப்படத் தொடங்கினேன். அந்தக் காலகட்டத்தில் அம்மா அந்த மன வலியையும் சுமந்தாள். ஆனால் என்னிடம் எதையும் வெளிக்காட்டிக் கொள்ளவில்லை.

அம்மாவின் மெலிந்த தோற்றமும், சைகைப் பேச்சும் காரணமாக அவளை எனது அம்மா என்று ஏனைய மாணவர்கள் குறிப்பிடுவதை வெட்கத்துக்குரியதாக நான் உணரத் தொடங்கினேன். அவர்களும் என்னைக் கேலி செய்யத் தொடங்கினார்கள். அந்த வயதில் அதற்கெல்லாம் அம்மா மீது எனக்குக் கோபம் வரும். தெருவில் அவளைத் தூர ஒதுங்கி நடக்கச் சொல்லிவிட்டு விலகி விலகி நடப்பேன். அவளும் அதைப் புரிந்துகொண்டு ஒரு கட்டத்தில் என்னைத் தனியே பாடசாலைக்குப் போய் வர அனுமதித்தாள். அதன் பிறகு பாடசாலை

விடும் சமயங்களில் நுழைவாயிலருகே வந்து அவள் காத்திருக்கவுமில்லை. என்றாலும், பாடசாலைக்கு வரும்போது எனக்குப் பின்னாலேயே சற்றுத் தொலைவில் எனக்குப் பாதுகாப்பாக நடந்து வருவாள். பாடசாலை விட்டுச் செல்கையில் மலையேறும்போது திரும்பிப் பார்த்தால் பின்னாலேயே சற்றுத் தொலைவாக அவளும் வந்து கொண்டிருப்பாள்.

அம்மாவை நான் அப்படித்தான் இம்சித்திருக்கிறேன். எல்லாவற்றையும் அவள் அமைதியாகத் தாங்கிக் கொண்டிருந்திருக்கிறாள்.

ஏனைய அம்மாக்களைப் போல எனது அம்மா ஏன் அழகாக இல்லை?! ஏனைய அம்மாக்களைப் போல எனது அம்மா ஏன் கதைக்கக் கூடியவளாக இல்லை?! பாடசாலைக்குப் பிள்ளைகளைக் கூட்டி வரும் நகரத்து அம்மாக்களைப் போலவோ, ஆசிரியைகளைப் போலவோ எனது அம்மா ஏன் தன்னை அலங்கரித்துக் கொள்வதில்லை?! எனது அம்மா மாத்திரம் ஏன் மழையென்றும், வெயிலென்றும் பாராமல் எப்போதும் வேலை செய்து கொண்டே இருக்கிறாள்?!

எனக்குள்ளே எழுந்த இவ்வாறான கேள்விகளும், வகுப்பில் பலரும் அவளை வைத்து என்னைக் கிண்டல் செய்ததும்தான் என்னை அவளிடமிருந்து படிப்படியாகத் தொலைவாக்கின. அதே வேளை, எனக்குள்ளே எழுந்த இதே கேள்விகள்தான் இப்போது அவளை எனக்குப் புரிய வைத்து அவளை எனக்கு நெருக்கமாக்கவும் செய்திருக்கின்றன.

அம்மா ஒன்றும் அத்தனை வயதானவள் இல்லை. நான் பிறந்தபோது அவளுக்கு வெறும் பத்தொன்பது வயதுதான். இன்னும் ஐந்தாண்டுகளில் நான் அந்த வயதை எட்டி விடுவேன். அவளுடன் அன்பாக, நெருங்கிப் பழக வேண்டும் என்று எனக்குத் தோன்ற

ஆரம்பித்திருக்கும் இந்த இளம் வயதில்தான் இதோ அவள் கயிற்றுக்கட்டிலில் சடலமாகக் கிடக்கிறாள்.

எனது குழந்தைப் பராயத்தில் நான் எடை குறைவாக இருந்தேனென்று எனக்காக நீரா பானத்தைத் தேடி எடுத்துக் கொண்டு வந்து பருக்குவாளென்று பாட்டி சொல்லியிருக்கிறாள். தென்னையிலிருந்து கள்ளிறக்குபவர்களிடம் அவ்வளவு எளிதாக நீரா பானம் கிடைக்காது. நீரா எனும் பதநீர் பானத்தைப் பெற தென்னம்பாளையைச் சீவி அதில் உட்பக்கம் சுண்ணாம்பு தடவப்பட்ட பானையைப் பொருத்தி வைக்க வேண்டும். சுண்ணாம்பு தடவாத பானையைப் பொருத்திப் பதநீரைச் சேகரித்து எடுத்தால் அது கள். நீரா எடுப்பதை விடவும் கள் எடுப்பது இலகுதானே? அதில் வரும் வருமானமும் அதிகம். அதனால் கள்ளிறக்குபவர்களிடம் கெஞ்சிக் கூத்தாடித்தான் நீராவைப் பெற அவர்களைச் சம்மதிக்க வைக்க வேண்டியிருக்கும். அம்மா அதையும் எனக்காகச் செய்திருக்கிறாள்.

எனது ஒவ்வொரு வயதிலும் என்னால் தவிர்க்கவே முடியாமல் இருந்தவளை பாடசாலைக்குப் போக ஆரம்பித்ததன் பின்னர்தான் கொஞ்சம் கொஞ்சமாக விலக ஆரம்பித்திருக்கிறேன் என்பது இப்போது புரிகிறது. ஊமச்சியின் பிள்ளையென்று சக மாணவ மாணவிகளும், வகுப்பாசிரியரும் சொல்வதால் எழுந்த சங்கடத்தாலும், கூச்சத்தாலும்தான் அவளிடமிருந்து விலகினேன். என்றாலும், அது அம்மாவை எவ்வளவு வேதனைக்குள்ளாக்கியிருக்கும் என்று இப்போதுதான் நான் உணர்கிறேன்.

ஒரு பராயம் வரைக்கும் அப்பாவின் பெரிய கறுப்புக் குடையை எனக்குப் பிடித்தவாறு ஒட்டிக் கொண்டே கூட நடந்த அம்மா, பின் வந்த மழைக்காலங்களில் என்னிடம் குடையைத் தந்து விட்டு என் பின்னால் நனைந்தவாறே சற்றுத் தள்ளி நடந்து வரும்போது எப்பேர்ப்பட்ட கவலை அவளைத் துன்புறுத்தியிருக்கும்?!

ஒரு குக்கிராமத்துப் பெண்ணுக்குள் என்னென்ன ஆசைகள் எல்லாம் இருந்திருக்கும்? நகரத்துப் பெண்களைப் போலவும், ஆசிரியைகளைப் போலவும் அழகழகாக உடுத்துத் தன்னை அலங்கரித்துக் கொள்ள வேண்டும் என்ற ஆசை அவளுக்குள் இருந்திருக்காதா என்ன?! பாட்டி காலமானதற்குப் பிறகு வீட்டு வேலை, கூலி வேலை என அனைத்தும் தனது தலையில் விழுந்ததற்குப் பிறகு தினமும் தன்னைக் குறித்துச் சிந்தித்துப் பார்க்கக் கூட அவளுக்கு நேரம் இருந்திருக்காது, இல்லையா?! ஏன் என்னால் அப்போது அதைப் புரிந்துகொள்ள முடியாமல் போனது?!

5

அம்மாவின் அம்மாவான பாட்டி செத்துப் போய் கிட்டத்தட்ட மூன்றாண்டுகள் ஆகின்றன. அவள் விஷப் பாம்பு கொத்திச் செத்துப் போனாள். காட்டில் விறகு பொறுக்கிக் கொண்டு வரும்போது குதிகாலருகே எதுவோ குத்தியது போல உணர்ந்திருக்கிறாள். வீட்டுக்கு வந்து வலி தாளாமல் விளக்கு வெளிச்சத்தில் என்னவென்று பார்த்தபோதுதான் இரண்டு புள்ளிகள் போல, பாம்பு கொத்திய தடயம் தெரிந்தது. அழுதழுது பாட்டியும், அம்மாவும் என்னவெல்லாமோ செய்து பார்த்தார்கள். அயலவர்கள் ஓடிப் போய் பக்கத்துக் கிராமத்திலிருந்த விஷக்கடிகளுக்கு மருத்துவம் பார்பபவரை அழைத்து வந்தார்கள்.

அதற்குள் பாட்டி கடுமையான வலியில் துடித்து, மூச்சுத் திணறிச் சோர்ந்து வாந்தி வாந்தியாக எடுத்து மயங்கிக் கிடந்தாள். வாந்தியில் இரத்தம் கலந்திருந்தது இப்போதும் எனக்கு நினைவிருக்கிறது. கடிபட்ட இடத்திலிருந்து கால் படிப்படியாக வீங்கிக் கொண்டே வந்தது. மருத்துவர் வந்து பார்த்து விட்டு உதட்டைப் பிதுக்கினார். எனக்கு நினைவு தெரிந்து நான் பார்த்த முதல் மரணம் அதுதான்.

முற்றங்களில் எப்போதும் பாம்புகள் நடமாடுவதையும், அவை உதிர்த்துப் போட்ட பாம்புச் சட்டைகள் இருப்பதையும் காணக் கூடிய அளவுக்கு பாம்புகள் நிறைந்திருக்கும் ஊர்தான் இது. ஊரிலிருக்கும்

எல்லா வீடுகளிலும் இவ்வாறான பாம்புகளைப் பற்றிய கதைகள் இருந்தனதான். என்றாலும் சிறு வயதிலிருந்தே இவ்வாறான கதைகளைக் கேட்டுக் கேட்டு வளர்ந்ததால் எனக்கு பாம்புகள் நன்கு பரிச்சயமாகியிருந்தன. பாட்டியே எத்தனையோ தடவைகள் பாம்புக் கதைகளைச் சொல்லியிருக்கிறாள். கடைசியில் அவளே அதற்கு இரையாகி விடுவாள் என்றுதான் யாருமே நினைத்துக் கூடப் பார்த்திருக்கவில்லை.

அம்மா கண்ணீர் விட்டு அழுவதை அன்றுதான் முதன்முதலாகக் கண்டேன். அதுவரையில் அம்மாவை மிகவும் இறுக்கமான வளாகத்தான் கண்டிருந்தேனே ஒழிய இவ்வாறு உணர்ச்சிவசப்பட்டு அழுபவளாக நான் கண்டிருக்கவில்லை. தனக்கு எவ்வளவு வருத்தங்கள் வந்தாலும் அவற்றையெல்லாம் தாங்கிக் கொண்டு முகத்தில் புன்னகையோடு பொறுமையாக இருப்பாளே ஒழிய ஒருபோதும் கண்ணீர் சிந்தி அவள் அழுததை நான் அதுவரை கண்டிருக்கவில்லை. அது என்னைத் திகைப்புக்குள்ளாகியது. பாட்டியின் இழப்பின் பாரதூரத்தை விடவும் அம்மாவின் அழுகையே அப்போது என்னை மிகவும் பாதித்தது இன்னும் நினைவிருக்கிறது.

எப்போதும் பாட்டிதான் அம்மாவின் குரலாக இருந்தாள். அம்மாவின் சிறு அசைவினது அர்த்தமும் பாட்டிக்குத்தான் நன்கு தெரிந்திருந்தது. என்னால் புரிந்துகொள்ள முடியாத அம்மாவின் சைகை பாஷைகள் பலவும் பாட்டிக்குத்தான் நன்கு விளங்கியது. அம்மாவுடன் எப்படி உரையாடுவது என்பதை நான் பாட்டியிடம்தான் கற்றேன். வாய்பேச முடியாத ஒருத்தியாக நான் அம்மாவைக் கருதுவதற்கு முற்பட்ட காலத்தைப் பற்றியே நான் இங்கு கூறிக் கொண்டிருக்கிறேன்.

பாட்டியின் மறைவிற்குப் பிறகு அம்மா மேலும் மேலும் உறுதியானவளாகவும், தைரியமானவளாகவும், சுறுசுறுப்பான

வளாகவும் படிப்படியாக மாறியதை என்னால் காண முடிந்தது. அந்த மாற்றமானது உழைப்பில் தீவிரமானால் மாத்திரமே பசி, பட்டினியில்லாமல் என்னை வாழச் செய்யலாம் என்பதற்காகவும் இருக்கலாம்.

அம்மா அதற்கு முன்பும் தேனெடுப்பது, கோடை காலங்களில் அருகிலிருந்த ஆற்றில் மணல் அள்ளுவது போன்ற வேலைகளைச் செய்து வந்த போதிலும் மாட்டில் பால் கறப்பது, அதற்குத் தீனி சேகரித்துக் கொண்டு வந்து போடுவது, தொழுவத்தைத் துப்புரவாக்குவது, நெய் தயாரிப்பது, விறகைத் தேடியெடுத்துக் கொண்டு வருவது, சமைப்பது, துணி துவைப்பது என பாட்டி அதுவரை செய்து கொண்டிருந்த அத்தனை வேலைகளும் அன்றுடன் அம்மாவின் தலையில் விழுந்தன. சலித்துக் கொண்டாளோ இல்லையோ, சோர்ந்து போனாளோ இல்லையோ அவற்றையெல்லாம் அவள்தான் செய்தாள். அவற்றோடு தேன் சேகரித்து வருவதையும் வழமை போலவே செய்தாள்.

அவ்வாறு எந்த வேலைக்காவது அவள் வீட்டை விட்டுப் போகும்போது என்னைத் தனியே விட்டுச் செல்லாமல் ஒற்றையடிப் பாதையோரமாக இருந்த வீடொன்றில் ஒப்படைத்து விட்டுப் போவாள். நிறையப் புத்தகங்களிருந்த அந்த வீட்டில், அவள் வந்து கூட்டிக் கொண்டு போகும்வரை புத்தகங்களில் படம் பார்த்துக் கொண்டோ, வாசித்துக் கொண்டோ இருப்பேன்.

மலைக்கிராமங்களில் பொதுவாகவே வீடுகள் அடுத்தடுத்து இருக்காது. மலையில் ஆங்காங்கே சமதரை இடம்பார்த்துக் கட்டிக் கொண்ட வீடுகள் என்பதால் அவை ஒவ்வொரு வீட்டிலிருந்தும் பார்வைக்குத் தென்படாத தொலைவில்தான் இருக்கும் என்றாலும், சத்தமாகக் கூச்சலிட்டால் கேட்கக் கூடிய தொலைவில்தான் இருக்கும்.

அம்மா வீடு திரும்பும்போது என்னை விட்டுச் சென்ற வீட்டுக்கு வந்து என்னையும் அழைத்துக் கொண்டே எமது வீட்டுக்கு வருவாள்.

அம்மாவின் தலையில் விறகோ, மாட்டுக்குத் தீவனமோ, புல்லுக்கட்டோ எப்போதும் இருக்கும். கைகளில் தேனோ, வேறு எதுவுமோ இல்லாமலிருந்தால் எனது கையைப் பிடித்துக் கொண்டு நடப்பாள். நான் திமிறிக் கொண்டு முன்னால் ஓடப் பார்ப்பேன்.

தினமும் இந்த மலைகளில் அவள் எவ்வளவு தூரம் நடந்திருப்பாள்?! அவளது பாதங்கள் இந்த மலையில் படாத இடங்களே இருந்திருக்காது என்று தோன்றுகிறது. மலைத் தேன் சேகரிப்பது என்பது இலகுவான காரியமல்லவே. அதை உயிரைப் பணயம் வைத்துத்தான் செய்ய வேண்டியிருக்கும். அவளது உடலில் தேனீக்களும், வேறு பூச்சிகளும் கொட்டி வீங்கிய தடங்கள் பலவற்றை நான் கண்டிருக்கிறேன். அவற்றுக்குரிய கை மருந்துகளையும் அவளும், பாட்டியும் நன்கு அறிந்திருந்தார்கள்.

இந்த மலைக்காட்டில் ஐந்து வகையான தேனீக்கள் இருப்பதாகவும், அவை ஒவ்வொன்றைப் பற்றியும் எனது சிறிய வயதில் பாட்டி கதை கதையாகச் சொல்லியிருக்கிறாள். கொம்புத் தேனீ மரங்களில், கிளைகளில் நல்ல வெளிச்சத்தில் அடையடையாகக் கூடு கட்டுமாம். அதற்கு நேர் எதிராக அடுக்குத் தேனீ என்றும் ஒரு வகை இருக்கிறதாம். அவையோ இருட்டில் மரப்பொந்துகளில் அடுக்கடுக்காக வாழுமாம். மலைத் தேனீயோ உயரமான இடங்களில், பாறை இடுக்குகளில் கூடு கட்டியிருக்குமாம். கடும் விஷம் கொண்டவையாம். எதிரிகளை மூர்க்கத்தனமாகக் கொட்டுமாம். அவ்வாறு கொட்டி விஷம் தலைக்கேறித்தான் தாத்தாவும் செத்துப் போனதாகச் சொன்னாள். இந்த ஊரிலேயே பலரும் அவ்வாறு செத்துப் போயிருக்கிறார்கள் என்றாள். பூத்தேனீயை இப்போதெல்லாம் நகரங்களில் வீடுகளிலும் வளர்த்து தேன் எடுக்கிறார்கள், கண்டிருக்கிறாயா என்று கேட்டாள். கொசுத் தேனீயோ மிகவும் சிறியவையாம். கொடுக்கில்லாத் தேனீக்களான இவை பொதுவாக வீடுகளில்தான் கூடு கட்டுமாம். எல்லாத் தேன்

கூட்டுக்குள்ளும் இருக்கக் கூடிய ராணித் தேனீ இல்லாத சமயங்களில்தான் அதாவது அதிகாலை வேளை அல்லது அந்தி வேளையில்தான் தேன்கூட்டுக்குப் புகையடித்துத் தேனெடுக்க வேண்டும் என்றாள் பாட்டி.

அம்மா தேனெடுப்பதற்கான உத்திகளை அறிந்திருந்ததோடு, அதற்கான கருவிகளையும் கைவசம் வைத்திருந்தாள். காட்டுக்குள் எங்கெல்லாம் தேன் எடுக்கலாம் என்பதை அவளே அறிந்திருந்தாள். தேனை மோப்பம் பிடித்து வரும் கரடிகளிடமிருந்து எப்படித் தன்னைக் காப்பாற்றிக் கொள்வது என்பது அவளுக்குத் தெரிந்திருந்தது.

காட்டினுள்ளே கேட்கக் கூடிய எவ்விதப் பயங்கர ஓசைகளும் அம்மாவைத் தீண்டாது என்பதாலோ என்னவோ அவள் காட்டைக் கண்டு அஞ்சவேயில்லை. காடும் ஒருபோதும் அவளுக்குத் தீங்கிழைக்கவேயில்லை. தேனெடுப்பதற்காக அவள் தேன் கூட்டுக்கு புகையடிக்கும் உத்தியையே கையாண்டிருப்பாள் என்று நினைக்கிறேன். தேனெடுக்க அவள் ஒருபோதும் என்னைக் கூட்டிக் கொண்டு போகவில்லை என்பதால் அது எனக்கு உறுதியாகத் தெரியவில்லை.

நகரத்திலிருக்கும் பழைய பொருட்களை விற்கும் கடையில் பெரிய கண்ணாடி போத்தல்களை வாங்கி வரும் அவள், அவற்றைக் கொதிநீரிலிட்டு அவித்து, காய வைத்து எடுத்துத்தான் அவற்றில் தான் சேகரித்த தேனை ஊற்றி வைப்பாள். அப்போதெல்லாம் அவள் எனக்கும் அவற்றைச் சுவைக்கத் தருவாள். சிறு தேனீக்கள் கொட்டிய தடயங்கள் எல்லாம் அவளது கைகளிலும், கன்னங்களிலும் ஆங்காங்கே காணப்படுவதைப் பார்த்தவாறே நான் தேனைச் சுவைப்பேன்.

காட்டுத் தேனீக்களைப் போலவே வீட்டிலும் அம்மா எப்போதும் ஒரு தேனீயாகவே இருந்தாள். தினமும் அவ்வளவு சுறுசுறுப்பாகச்

செயற்பட்டு அனைத்து வேலைகளையும் அவள் செய்து வந்தாள். பகல்வேளைகளில் அவள் சோர்ந்து போய்ப் படுத்திருப்பதை நான் ஒருபோதும் கண்டதேயில்லை. அதற்கு முற்றிலும் மாற்றமாக இந்தப் பகல்வேளையில் அவள் இதோ அசையாமல் படுத்திருக்கிறாள்.

அம்மாவின் உழைப்பு என்பது என்னை நன்றாகப் படிக்க வைத்து, நல்லவிதமாகப் பார்த்துக் கொள்ள வேண்டும் என்பதற்காகவே இருந்திருக்கும். என்னதான் தாத்தா மலைத்தேனீக்கள் கொட்டி செத்துப் போயிருந்தாலும் கூட, பாட்டி தனது பரம்பரை பரம்பரையாக வரும் தேன் சேகரிக்கும் வித்தையைத் தனது மகளுக்குக் கற்றுக் கொடுத்திருந்தாள். ஆகவே அந்தக் கலையை அடுத்த தலைமுறைக்குக் கொண்டு செல்லும் பொறுப்பு எனக்கே இருந்தது. என்றாலும், அம்மா எனக்கு அதைக் கடைசி வரை கற்றுத் தரவேயில்லை.

அவ்வாறு அம்மாவோ, பாட்டியோ எனக்குக் கற்றுத் தராத நிறைய விடயங்கள் இருந்தன. ஒருவேளை நான் இன்னும் வளரட்டும் என்று காத்திருந்தார்களோ, என்னவோ. என்னைப் பாடசாலையில் சேர்க்க வேண்டாம் என்று பாட்டி சொன்னதன் பின்னணியில் பாட்டிக்கு மாத்திரம் அந்த எண்ணம் இருந்ததுவோ தெரியாது.

அம்மாவுக்கென்றால் என்னையும் அவளைப் போல ஒரு தொழிலாளியாக ஆக்க விருப்பமிருக்கவேயில்லை என்பதை நான் உணர்ந்திருக்கிறேன். ஓய்வே இல்லாமல் வேலை, வேலையென்று அலைந்து திரியும் தன்னைப் போல அல்லாமல் தனது பிள்ளை படித்து மிகவும் நல்ல நிலைக்கு வர வேண்டும் என்ற எண்ணமே அவளுக்குள் இருந்திருக்கக் கூடும். நானோ அவளை எப்படியெல்லாம் ஒதுக்கி வைக்க முடியுமோ, அப்படியெல்லாம் ஒதுக்கி வைத்து அவளின் மனதை நோகடித்திருக்கிறேன். இப்போது கூட இதோ அவளைக் காப்பாற்றியிருக்க முடியுமாயினும், சாக விட்டுவிட்டேனே என்ற குற்றவுணர்ச்சிதான் என்னைக் கொல்லுகிறது.

அம்மாவின் நைலோன் சேலைகள், தேனெடுக்கும்போது அவள் தன்னைப் பாதுகாத்துக் கொள்ளச் சுற்றிக் கொள்ளும் கனத்த சாக்குத் துண்டுகள், விறகையோ, வேறேதாவது பொருட்களையோ தலையில் சுமந்துவரப் பயன்படுத்தும் கம்மாட்டுத் துணி என அவளது வாசனை வீசும் பலவும் இனிமேல் அவளை ஞாபகப்படுத்திக் கொண்டேயிருக்கும், இல்லையா?! அம்மாவை ஞாபகப்படுத்துவதற்கு இவைதான் வேண்டுமா என்ன?! இந்த வீடு முழுவதும், இந்த முற்றம் முழுவதும், இந்தக் காடு முழுவதும் ஏன் இந்த மலைகள் முழுவதுமே அவள்தானே நிறைந்திருக்கிறாள்?!

தான் இப்படி அனைத்து இடங்களிலும் ஒரு காலத்தில் பூரித்துத் தளும்பப் போகிறேன் என்று எப்போதாவது அம்மா நினைத்திருப்பாளா?! எவருக்கும் அப்படியொரு யோசனை வருமா என்ன?!

அம்மாவுக்கு யோசிக்கவெல்லாம் நேரமே இருந்திருக்காது. தினமும்தான் அவள் செய்வதற்காகவே எத்தனை எத்தனை வேலைகள் இருந்தன?! நெய்யெடுப்பது கூட இலேசான வேலையா என்ன?! மாட்டில் பால் கறந்து, அதைக் காய்த்து, தயிராக்கி, வெண்ணெய் கடைந்து, நெய்யைக் காய்ச்சி எடுக்க வேண்டும். பாட்டி காலமானதன் பிறகு அந்த வேலைகளையெல்லாம் அவள் தனியாகத்தானே செய்தாள்?! ஒரு சிறு உதவி, ஒத்தாசைக்குக் கூட நான் அவளருகே போனதேயில்லை. அதற்காகக் கூட அவள் ஒருபோதும் என்னைக் கோபித்ததுமில்லை.

பாட்டி இறந்ததற்குப் பிறகு அம்மாவுக்கு காலையில் என்னைப் பாடசாலைக்குக் கூட்டிக் கொண்டு போவதை நிறுத்த வேண்டியிருந்தது. அது எனக்கு சந்தோஷத்தைத் தந்தது. அதற்கு முன்பிருந்தே நான் அவளிடமிருந்து விலகி நடக்கத் தொடங்கியிருந்தேன் என்பதால் காட்டு வழியும் எனக்குப் பரிச்சயமானதாகவே இருந்தது. தினமும் நான் பாடசாலை விட்டு

வரும்வரை காலை முதல் மதியம்வரை தெருவோரமாக நின்றுகொண்டு நெய்யும், தேனும் விற்கும் அவளது வேலையும் அத்தோடு முடிவுக்கு வந்தது.

அதன்பிறகு தெருவோரமாக சோளம் அவித்து விற்கும் மூதாட்டி, அம்மாவின் நெய் மற்றும் தேன் போத்தல்களைத் தனது பெட்டிக் கடையில் வைத்து விற்பதன் மூலம் அம்மாவுக்கு உதவினாள். அம்மா கொண்டு வந்து கொடுக்கும் தேனையும், நெய்யையும் விற்று அந்தப் பணத்தை அம்மாவிடம் பத்திரமாக ஒப்படைப்பாள் அவள். ஆகவே அம்மா தொடர்ந்தும் தெருவோரமாகக் காத்திருக்கத் தேவைப்படவில்லை.

என்றாலும், கிழமையில் இரண்டு, மூன்று நாட்களாவது காலையில் நான் பாடசாலைக்குக் கிளம்பும்போது தானும் போத்தல்களைச் சுமந்துகொண்டு எனக்குப் பின்னால், சற்றுத் தள்ளி நடந்து வருவதை செய்யத் தவறவேயில்லை அம்மா. அவ்வாறு வருபவள் நான் பத்திரமாகப் பாடசாலைக்குப் போவதை அவதானித்தவாறு மூதாட்டியிடம் போத்தல்களை ஒப்படைத்துவிட்டு அடுத்தடுத்த வேலைகளைப் பார்க்கப் போவாள்.

கோடை காலங்களிலென்றால் ஆற்றில் மணல் அள்ளப் போவாள் அம்மா. மழை பெய்து ஆற்றில் வெள்ளம் பெருக்கெடுத்துப் பாய்ந்து பின்னர் நீர் வற்றும் காலங்களில் ஆற்றில் வெண்மணல் நிறைந்திருக்கும். கோடை காலங்களில் ஆற்றில் தண்ணீர் வற்றும்போதுதான் தெளிந்த நீரினூடே மணல் நிறைந்திருக்கும் இடங்கள் தெளிவாகப் புலப்படும்.

அவ்வாறான காலங்களில் நகர்ப்புறங்களில் கட்டட வேலைகளுக்குத் தேவைப்படும் மணலைக் கொண்டு போய்க் கொடுக்கும் லாரி உரிமையாளர்கள் அம்மாவையும், ஊரில் மணல் அள்ளும் வேலையைச் செய்யும் ஏனையவர்களையும்

கூப்பிட்டனுப்புவார்கள். அத்தனை தொழிலாளர்களிலும் அம்மா மாத்திரம்தான் பெண்.

அவர்கள் எல்லோரும் முதலில் ஆற்றிலிருந்து கூடை கூடையாக மணலை அள்ளியெடுத்துக் கொண்டு வந்து கரையோரமாகக் கொட்டிக் குவிப்பார்கள். குவிக்கப்பட்ட மணலில் தண்ணீர் வடிந்ததும் தெருவோரமாக லாரிகள் நின்றிருக்கும் இடங்களுக்கு மீண்டும் அவற்றைச் சுமந்துகொண்டு சென்று அந்த வண்டிகளை மணலால் நிரப்ப வேண்டும்.

சொல்வதைக் கேட்க இலகுவாக இருக்கும். ஆனால் செய்வதற்கு மிகவும் கடினமான வேலைகளில் இதுவும் ஒன்று. நெஞ்சு வரை ஆழமான நீரில் நின்றுகொண்டு ஒவ்வொரு தடவையும் மூச்சடக்கி ஆற்றின் தரையைத் தொட்டு பெரிய தகர வாளிகளில் மணலை வாரியெடுக்க வேண்டும். காலையிலிருந்து மாலை வரை தண்ணீரில் நின்றுகொண்டு இதைச் செய்ய வேண்டும். மணல் அள்ளும் காலங்களில் அம்மாவின் தோல் முழுதும் மரத்துப் போயிருக்கும். கை, கால் விரல்களிலெல்லாம் வரி வரியாக சுருங்கிய தடயம் தெரியும்.

நைலோன் சேலையை அணிந்து கொண்டு மணல் அள்ளுவது மிகவும் சிரமமான காரியம் என்பதால், அந்தச் சமயங்களில் அணிவதற்காகவே அம்மா ஒரு நீண்ட சட்டையை வைத்திருக்கிறாள். அந்தச் சட்டை இப்போதும் பத்திரமாக அவளது தகரப் பெட்டியில் இருக்கும். கணுக்கால் வரை நீளமான அது கத்தரிப் பூ நிறப் பிண்ணனியில் கறுப்பும் வெள்ளையுமான சிறிய பூக்களைக் கொண்ட சீத்தைத் துணியாலான ஒரு சட்டை. எனக்கு நினைவு தெரிந்த நாளிலிருந்து அது அவளிடம் இருக்கிறது.

அவ்வாறானதோர் பழைய சட்டையொன்றைத்தான் அவள் தலைக்குக் கம்மாடாகவும் சுற்றிப் பயன்படுத்தினாள். அதைத் தலைக்கு

வைத்து, அதன் மேல் எந்தப் பாரத்தையும் வைத்துச் சுமந்துகொண்டு வீட்டுக்கு வருவாள். மணல் வாளியோ, ஆற்றில் துணி துவைத்து எடுத்துக் கொண்டு வீட்டுக்கு வரும்போது அந்தத் துணி மூட்டையோ எதுவாக இருந்தாலும் தனது தலையில் கம்மாடுக்கு மேலே வைக்கப்பட்டிருக்கும் அந்தச் சுமையை அவள் கையால் தொடாமலேதான் நடப்பாள். என்றாலும், அவை அவள் நடக்கும்போது தலையிலிருந்து கீழே விழவே விழாது.

சிறு வயதில் அம்மாவுடன் ஆற்றுக்குப் போவது என்பது எனக்கு மிகவும் பிடித்தமான ஒன்று. அம்மா துணி துவைத்து முடிக்கும்வரை கரையோரமாக என்பாட்டில் ஏதாவது விளையாடிக் கொண்டிருப்பேன். கரையோரமாக மணலில் குழி தோண்டி சிறு வாளியில் நீரள்ளி அந்தக் குழியில் வாளியை வைப்பாள். பிறகு சிறிய மீன் குஞ்சுகளைப் பிடித்து அந்த வாளியில் இடுவாள். நான் அவை வெளியே குதிக்காமல் பத்திரமாகப் பார்த்தவாறே மணலில் விளையாடிக் கொண்டிருப்பேன். குளித்து விட்டுப் போகும்போது மறக்காமல் அந்த மீன் குஞ்சுகளை மீண்டும் ஆற்றில் விடுவாள் அவள். அப்படிப்பட்ட அம்மா ஒருத்தியால் அவளது செல்லப் பிள்ளையை இவ்வாறு தனியே தவிக்க விட்டுச் சட்டெனச் செத்துப் போக முடியுமா?!

நான் பாடசாலைக்குப் போய் வரும் மலைப்பாதையோரமாக இருக்கும் குடிசை வீடுகளில் ஒன்று அது. அந்த வீட்டின் அக்கா என்னை விட ஐந்தாறு வருடங்களே மூத்தவளாக இருப்பாள். தனது இரண்டு கைகளிலும், கால்களிலும் ஆறாறு விரல்கள் என்று மொத்தம் இருபத்து நான்கு விரல்களைக் கொண்டிருக்கும் அவள் சிறு குழந்தையாக இருந்தபோது அவளது அம்மா இப்படித்தான் திடீரென்று தூக்குப் போட்டுச் செத்துப் போனாளென்று பாட்டி சொல்லியிருக்கிறாள். அவளது அப்பாவோ பயங்கரக் குடிகாரன். எப்போதும் கள்ளுக் குடித்தபடியே இருக்கும் ஒருவன். அவனது சித்திரவதை

தாங்கமுடியாமல்தான் அவளது அம்மா செத்துப் போனதாக பாட்டி சொல்லியிருக்கிறாள்.

ஒரு குறிப்பிட்ட வயது வரைக்கும் அந்த அக்காவை பாட்டிதான் எமது வீட்டுக்குக் கூட்டிக் கொண்டு வந்து வளர்த்தாளாம். சிறுவயதில் நாங்கள் அவ் வழியால் போய் வரும்போது குடிகாரத் தந்தையிடம் அடி வாங்கி அவள் அழுதுகொண்டிருப்பதைக் கண்டால் அம்மா எப்போதும் அவளை எமது வீட்டுக்குக் கூட்டிக் கொண்டு வருவாள்.

ஒவ்வொரு தடவை அப்பாவிடம் அடி வாங்கும்போதும் தனது அம்மா ஏன் உயிரோடு இல்லையென்று அந்த அக்கா எவ்வளவு தூரம் ஏங்கிப் போயிருப்பாள்?! எவ்வளவு மனம் நொந்து வருந்தியிருப்பாள்?! அந்த அம்மா, இந்தக் குழந்தையைக் குறித்து கொஞ்சம் கூட சிந்தித்துப் பார்க்காமல் ஏன் அப்படியொரு முடிவெடுத்தாள்?! என்னதான் ஏதோவொரு மனக் கவலை அவளை அவ்வாறு செய்யத் தூண்டியது என்றாலும், ஏன் அவள் அந்தக் குழந்தையை அவ்வாறு தவிக்க விட்டாள்?! அதன் பிறகு, அந்தக் குழந்தை வளர வளர அந்தக் குடிகாரத் தந்தையால் என்னென்ன பாடுகள் பட்டிருக்கும்?!

எனது அம்மாவுக்குக் காது கேட்காது; அவளால் பேச முடியாது என்பது நன்றாகத் தெரிந்திருந்தும் அந்த அக்கா எனது அம்மாவிடம்தான் எல்லாவற்றையும் சொல்லிச் சொல்லி அழுவாள். ஒவ்வொரு தடவையும் அம்மா அவளது தலையைத் தடவிக் கொடுத்துத் தேற்றுவாள். அவள்தான் இப்போது அம்மாவின் தலைமாட்டில் அமர்ந்திருந்து, அம்மாவின் தலையில் முத்தமிட்டு முத்தமிட்டுக் கதறியழுது கொண்டிருக்கிறாள்.

6

அம்மாவின் இறுதிச் சடங்குகளைச் செய்யத் தொடங்க வேண்டும் என்று யாரோ கூறுவது கேட்கிறது. மழை இன்னும் விட்ட பாடில்லை. வீட்டில் ஒழுகும் இடங்களில் நீர் நிரம்பியிருக்கும் பாத்திரங்களை யாரோ வாசல் வழியே வெளியே கொட்டி விட்டு மீண்டும் அந்தந்த இடங்களில் வைக்கிறார்கள். இப்போதும் ஒழுகும் இடங்களில் வைக்க பாத்திரங்கள் போதாமல் இருக்கிறது. யாரோ சாக்குத் துண்டுகளை எடுத்துக் கொண்டு வந்து ஈரமான இடங்களில் போட்டு, மண் தரை ஈரலிக்காமல், சேறாகி வழுக்காமல் பார்த்துக் கொள்கிறார்கள்.

அம்மாவுக்கு எதுவுமே சுத்தமாக இருக்க வேண்டும். அவள் இந்த மண் தரையைப் பூசி மெழுகுவதைப் பார்க்கவே அவ்வளவு ஆசையாக இருக்கும். ஒவ்வொரு மூன்று, நான்கு பௌர்ணமிகள் கடந்த பிறகும் செம்மண்ணைத் தேடியெடுத்துக் கொண்டு வந்து, நீரூற்றிப் பிசைந்து தரையிலும், அடுக்களையிலும் பதமாகப் பூசி மெழுகுவாள்.

மண் தரைகளை அடிக்கடி பூசாமல் விட்டால் அதன் பழைய வாடைக்கு பூரான்களும், தேள்களும், இன்னும் பல விஷ ஜந்துக்களும் வீட்டுக்குள் புகுந்துகொள்ளும் என்று பாட்டி சொல்லியிருக்கிறாள். நாங்கள் படுத்துறங்கும் இடத்தில் பூசி மெழுகிய நாளில் எனது இந்தக் கயிற்றுக் கட்டிலும், அவளது படுக்கைப் பாயும் வாசலருகே நகரும்.

மறுநாள் தரை முழுமையாகக் காய்ந்த பிறகுதான் பழைய இடத்துக்கு அவற்றை மாற்றிப் போடுவாள் அம்மா.

நான் அம்மாவைப் பார்த்துக் கொண்டேயிருக்கிறேன்.

இன்று இந்த மழை ஏன் வந்தது?! விடிகாலையிலிருந்தே விடாமல் பெய்துகொண்டிருக்கும் மோசமான மழை இது. இன்று இந்த மழை மட்டும் இல்லையென்றால் நான் பாடசாலைக்குப் போயிருப்பேன். அம்மா மூதாட்டியிடம் போத்தல்களைக் கொடுக்கவென எனது பின்னாலேயே வந்திருப்பாள். அவ்வாறு நடந்திருந்தால் இந்தக் கோரமான மரணத்தை அவள் சந்தித்திருக்கவே மாட்டாள்.

இந்த மழையில் மரவள்ளியை அவித்துச் சாப்பிட்டு விட்டு என்னவெல்லாம் செய்ய உத்தேசித்திருந்தாளோ அவையனைத்தையும் அப்படியே அந்தரத்தில் விட்டுவிட்டு மரமொன்று சட்டென்று உடைந்து விழுந்ததைப் போல அவள் இப்போது செத்துப் போயிருக்கிறாள். பெருவிருட்சமொன்று சட்டென்று உடைந்து வீழ்ந்தால் அதையே நம்பியிருக்கும் பறவைக் கூடுகளின் குஞ்சுகளுக்கு என்னவாகும்?!

மழை அதன்பாட்டில் பெய்து கொண்டிருக்கிறது. செய்தி கேள்விப்பட்டவர்கள் இந்த மழையிலும் வருகை தந்து வீட்டுக்குள்ளே நுழைந்து அம்மாவைப் பார்க்கிறார்கள். எனது தோளைத் தொட்டு ஆறுதல் சொல்கிறார்கள். இந்த மழையின் காரணமாக, அருகாமை மலையில் மண்சரிவும் ஏற்பட்டிருக்கிறது என்கிறார்கள். எமது விதி எவ்வளவு கோரமானது என்று எனக்குத் தோன்றுகிறது.

மண்சரிவு என்பது எமக்குப் புதிதில்லை. அடைமழை பொழியும் காலங்களில் மலைக்கிராமங்களில் மண்சரிவு ஏற்படுவது வெகு இயல்பான ஒன்றுதான். ஆகவேதான் மழையை எப்போதும் அழிவுகளை எடுத்து வரும் ஒன்றாகத்தான் நாங்கள் கருதுகிறோம்.

அதைச் சபிக்கிறோம். மழை பெய்து பெரும் பெரும் மரங்கள் விழும்போதும், மலையிலிருந்து தண்ணீர் பெருக்கெடுத்துப் பாய்ந்து கீழே வரும்போதும், மண் சரியும்போதும் மழையானது பேரழிவுகளைக் கொண்டு வருவதைத்தான் எப்போதும் நாங்கள் உணர்கிறோம். ஆகவே மழை பரிசாகத் தரும் பேரிழப்புகளை, பெருந்துயரங்களைச் சகித்துச் சகித்தே எங்கள் மனங்கள் பதப்படலாயிற்று.

என்றாலும், அம்மாவின் திடீர் இழப்பு எனது மனதில் ஒரு பெரும் பாரத்தையும், குற்றவுணர்ச்சியையும் ஏற்றி வைத்திருக்கிறது. தாயைக் காப்பாற்ற முடியாத ஒரு கையாலாகாத பிள்ளையெனவும், தாயிடம் அன்பாக நடந்துகொள்ளாத கொடூர மனம் கொண்ட பிள்ளையெனவும், கடைசி வரையிலும் தாயின் மனதை நோகடித்த மோசமான பிள்ளையெனவும் என்னையே எனக்கு உணர்த்திக் கொண்டிருக்கிறது அந்தக் குற்றவுணர்ச்சி. இப்படியிருக்கும் பிள்ளையொன்றைத்தானா இந்த அருமையான அம்மா பெற்றெடுத்து வளர்க்க ஆசைப்பட்டிருப்பாள்?!

அம்மாவுக்கு என்னென்ன ஆசைகள் எல்லாம் இருந்தன என்பது இன்று வரை எனக்குத் தெரியாது. அதைக் குறித்து நான் யோசித்தே பார்த்ததில்லை. நான் ஆசைப்பட்டதையெல்லாம் எனக்குப் பார்த்துப் பார்த்துச் செய்த, நான் விரும்பியதையெல்லாம் எனக்கு சமைத்துப் போட்ட, என்னை எந்தத் தீங்கும் அண்டாமல் பார்த்துக் கொண்ட அவளை நான் ஒரு தொந்தரவாக உணராமல் அவள் மீது அளப்பறிய அன்பைச் செலுத்தியிருக்க வேண்டுமா, இல்லையா?! அதைச் செய்யத் தவறி விட்டேன் நான்.

பாடசாலையில் மூன்று மாதங்களுக்கு ஒரு தடவையேனும் பெற்றோர் சங்கக் கூட்டம் நடைபெறும். அதற்கு பெற்றோரைக் கூட்டிக்

கொண்டு வரச் சொல்லி மாணவர்களுக்கு அறிவுறுத்துவார்கள். ஆரம்ப வகுப்புகளின் போது அம்மாவின் கையைப் பிடித்துக் கொண்டு அவளைக் கூட்டிக் கொண்டு போன நான் மேலே மேலே உயர உயர அவளது கைகளைத் தட்டி விட்டுத் தனியே பறக்க முற்பட்டேன். அவளை எனது ஆசிரியர்கள் மத்தியில், எனது சக மாணவர்கள் மத்தியில் கூட்டிச் செல்ல நான் நாணினேன்.

கூட்டங்களுக்கு வந்தால் கூட அவர்கள் பேசுவது எதுவும் அம்மாவுக்குப் புரியாதுதான். அவளுக்காக அவர்கள் யாரும் சைகை பாஷையில் பேசப் போவதும் இல்லை. ஆனால் தனது பிள்ளை நல்ல மதிப்பெண்கள் பெற்றிருப்பதற்கான பாராட்டுகளை அவள் உணர்வாள், இல்லையா?! அது அவளை பெருமளவில் மகிழ்ச்சிக்குள்ளாக்கும், அல்லவா?! அவ்வளவு காலமும் தான் எலும்பொடிய, உடல் நோகப் பாடுபட்டுத் தனது பிள்ளைக்குக் கல்வியூட்டியதன் பெருமையை உணர்ந்து அவள் பூரித்துப் போவாள்தானே?!

அந்த ஆனந்தத்தை, அந்தப் பூரிப்பை, அந்த மன நிம்மதியை அவளுக்கு வழங்கத் தவறி விட்டேன். தனது கஷ்டங்கள் எதுவும் வீண் போகவில்லை என்று அவள் உணர்ந்திருந்தாலாவது அவள் இன்று நிம்மதியாகச் செத்திருப்பாள். அதை நான் அவளுக்கு வழங்கத் தவறி விட்டேன்.

மிக அண்மையில் கூட வகுப்பில் முதல் மதிப்பெண்களைப் பெற்றமைக்காக எனது அம்மாவை அழைத்து வரச் சொன்னார்கள். நான் அதை அவளிடம் தெரிவிக்கவேயில்லை. பாடசாலையில் எல்லோருக்குமே எனது அம்மாவைத் தெரியும். அதாவது என்னுடைய அம்மா இவள்தான் என்பதை எல்லோருமே அறிவார்கள். என்றாலும், நான் யாருக்குமே அது தெரியாது என்பது போல நடந்துகொண்டு

என்னை நானே ஏமாற்றிக் கொண்டிருந்தேன். அதுதான் எனக்கு அப்போது ஆறுதலைத் தந்தது; ஒரு மன நிம்மதியைத் தந்தது.

இவ்வாறு தனது வாழ்க்கையில் எத்தனை எத்தனை ஏமாற்றங்களைத்தான் எனது அம்மா எதிர்கொண்டிருப்பாள்?! எத்தனை ஏமாற்றங்களை எதிர்கொண்டாலும் தனது மன உளைச்சலை உளமாற அவளால் யாரிடம்தான் வெளிப்படுத்த முடியும்?! எல்லா ஏமாற்றங்களையும் தனக்குள்ளே போட்டுப் புதைத்துக் கொண்டு, எவ்வளவுதான் அழுதிருப்பாள் அவள்?!

பாட்டி செத்ததற்கல்லாமல் அவள் அழுது நான் கண்டதில்லை. அவளது கண்ணீரெல்லாம் அவள் மணலெடுத்த ஆற்றோடு போயிருக்கக் கூடும். அவள் தேனெடுத்த காட்டோடு போயிருக்கக் கூடும். அவள் பாலெடுத்த மாட்டோடு போயிருக்கக் கூடும். நானோ அவளது கவலைகளை ஏறெடுத்துப் பார்க்கத் தவறி விட்டேன்.

இப்படித் தவற விட்டவைதான் ஒவ்வொருவர் வாழ்க்கையிலும் எத்தனை எத்தனை இருக்கக் கூடும்?! நமக்கு நெருக்கமானவர்கள், நம் மீது உண்மையான பாசம் செலுத்துபவர்கள் நமக்கு அருகிலேயே இருக்கும்போது அவர்களைக் கூர்ந்து அவதானிக்கவும், அவர்களது அருமையைப் புரிந்துகொள்ளவும், பதிலுக்கு முறையாக அவர்கள் மீது அன்பு செலுத்தவும் எவ்வளவு இலகுவாக நாங்கள் தவறி விடுகிறோம்?! நாம் பிரதானம் என்று கருதுபவற்றுக்குள் அவர்களை வைக்கத் தவறி விடுகிறோமே. அந்தத் தவறு, அவர்களை இழந்ததற்குப் பிறகே குற்றவுணர்ச்சியாக எம்மை ஆட்கொண்டு, எமக்கு உணர்த்துகிறது, இல்லையா?!

அம்மாவின் ஏமாற்றங்களும், கவலைகளும் அதோ அந்தக் கருமேகங்கள் போல அவளைச் சூழவும் ஒருபோதும் நீங்காமலே இருந்திருக்கக் கூடும். என்றாலும், அவள் என்னிடம் மாத்திரமல்லாமல் யாரிடமுமே தனது கவலைகளைக் காட்டிக் கொண்டதேயில்லை.

தனக்கு எதுவுமே கேட்பதில்லை என்பதுதான் அவளது முதல் ஏமாற்றமாக இருந்திருக்கும். தன்னால் பேச முடியாது என்பதை உணர்ந்த முதல் கணம் அதுவும் ஒரு மிகப் பெரும் ஏமாற்றமாக இருந்திருக்கும். இந்தக் காட்டிற்கு இருக்கும் ஓசையை, மழைக்கு இருக்கும் இரைச்சலை, ஆற்றுத் தண்ணீருக்கு இருக்கும் இசையை, மானிடர்களின் பேச்சை, சூழவிருக்கும் விலங்குகளின் குரல்களை, சில்வண்டுகளினதும், பூச்சிகளினதும், தேனீக்களதும் ரீங்காரத்தை என எதையுமே உணர முடியாமல் இருப்பது அவளுக்கு எவ்வளவு ஏமாற்றத்தைத் தந்திருக்கும்?!

இவை அனைத்தையும் விட எனது மழலைப் பேச்சைக் கேட்க முடியாமல் போன துயரம் அவளை எவ்வளவு அழுத்தியிருக்கும்?! என்னோடு செல்லம் கொஞ்சிப் பேச முடியாத கவலை அவளை எவ்வளவு ஆட்கொண்டிருந்திருக்கும்?! அந்த வருத்தம் இன்றுவரை கூட அவளுக்குள் இருந்திருக்கும், இல்லையா?! தனக்கும் எல்லோரையும் போல காது கேட்குமானால், தனக்கும் எல்லோரையும் போல பேச முடியுமாக இருந்தால் தன்னுடைய பிள்ளையும் தன்னுடன் நெருக்கமாக இருந்திருக்கும் என்று அவளுக்குத் தோன்றாதிருக்குமா, என்ன?!

ஏன் நான் அவளுடைய ஏமாற்றங்கள் குறித்து இதற்கு முன்பு யோசிக்கவேயில்லை?! எது அவளைக் குறித்து யோசிக்க விடாமல் என்னைத் தடுத்தது?! அம்மாவின் வாசனையை, அம்மாவின் முந்தானையைப் பிடித்துக் கொண்டு பின்னாலேயே அலைந்து திரிந்த எனது அந்தப் பால்ய வயது நேசம் வளர, வளர எங்கே போய் ஒளிந்து கொண்டது?! பாட்டி எனக்குச் சொன்ன கதைகளெல்லாம் எல்லோரையும் மிகுந்த அன்போடு நேசிக்க வேண்டும் என்பதை உணர்த்தும் நன்னெறிக் கதைகளாகத்தானே இருந்தன?! அதைப் பின்பற்றியாவது சொந்தத் தாயை நேசிக்க ஏன் என்னால் முடியாமல் போனது?!

நாடு முழுவதும் நகரங்களில் முதியோர் இல்லங்கள் நிறைந்துகொண்டு வருகின்றன என்று கடந்த செவ்வாய்க்கிழமைதான் சமூகக் கல்விப் பாட ஆசிரியை கற்பிக்கும்போது சொல்லித் தந்தார். அவ்வாறென்றால் அந்த இல்லங்களில் சேர்க்கப்படும் முதியவர்கள் எல்லோருமே தமது சொந்தங்களின் இவ்வாறான நேசத்தையும், அரவணைப்பையும், பராமரிப்பையும் இழந்து அநாதரவானவர்களாகத் தானே இருப்பார்கள்?! அவர்களைக் கொண்டு போய்ச் சேர்த்த அந்தப் பெரியவர்களாலும் ஏன் அந்த முதியவர்களை நேசிக்க முடியாமலிருக்கிறது என்று யோசித்தாவது நான் என்னைத் தேற்றிக் கொள்ள முனைகிறேன்.

என்னதான் இருந்தாலும், நான் செய்தது சரியானதல்ல. அம்மா செத்துப் போய் அதை எனக்கு உணர்த்தியிருக்கிறாள்.

எமது வாழ்க்கையில் பல பாடங்களை செத்துப் போனவர்கள்தான் எமக்கு உணர்த்துகிறார்கள். நன்கு யோசித்துப் பார்த்தால் ஒரு போதனையைப் போல அது புலப்படும். எத்தனையோ போதகர்களால் போதிக்க முடியாமல் போனவற்றை மரித்தவர்கள்தான் இலகுவாகச் சொல்லித் தருகிறார்கள். எனது அப்பா தென்னையிலிருந்து விழுந்து மரித்தமை கூட ஊரில் பலருக்கும் பாடமாக இருந்திருக்கும் என்று பாட்டி சொல்லியிருக்கிறாள்.

ஊரில் இரவில் காட்டுக்குள் வேட்டைக்குப் போய் யார் யாரோ விரித்திருக்கும் பொறிகளில் தெரியாமல் சிக்கி மரிப்பவர்கள் விலங்குகளின் வேதனையை நமக்கு உணர்த்துகிறார்கள். மதில் சுவர் இல்லாத கிணற்றில் விழுந்து மரித்த அம்மா கூட இனிமேல் எத்தனையோ மதில் சுவர் இல்லாத கிணறுகளில் மதில் சுவரைக் கட்டுவதற்குக் காரணமாக அமைந்திருப்பாள். எல்லாவற்றுக்கும் ஒரு தொடக்கம்தானே வேண்டியிருக்கிறது?! அந்தத் தொடக்கத்தை யாராவது செய்யத்தானே வேண்டியிருக்கிறது?! உண்மையில்

எம். ரிஷான் ஷெரீப்   53

அவ்வாறான நல்லவற்றுக்கான தொடக்கங்களை இறந்தவர்கள்தான் ஆரம்பித்து வைக்கிறார்கள்.

அச்சொட்டாய், மிகத் துல்லியமாய் எல்லாமும் ஞாபகமில்லை என்றாலும், அம்மாவுடனான, அம்மா சம்பந்தப்பட்ட பல விடயங்கள் தொடர்ச்சியாக இப்போது நினைவுக்கு வருகின்றன. என்னதான் மறுத்தாலும் அம்மாதானே எங்கும் நீக்கமற நிறைந்திருக்கிறாள்?! அவளின்றி நானேது?!

7

அம்மா எப்படிச் செத்தாள் என்று மரண வீட்டுக்கு வந்திருக்கும் எவருக்கும் நான் விளங்கப்படுத்தத் தேவைப்படவில்லை. எனது முதல் கூச்சலுக்கு ஓடி வந்தவர்கள் அந்த விபத்து குறித்து சரியாக விளங்கி ஒவ்வொருவரிடமும் கூறியது, ஆளுக்காள் பரவி எல்லோரிடமும் போய்ச் சேர்ந்திருந்தது. எமது வீட்டுக்கு வருபவர்கள் எல்லோருமே அம்மாவையும், என்னையும் பரிதாபமாகப் பார்ப்பதை என்னால் உணர முடிகிறது.

இவர்கள் அனைவருமே இள வயதிலேயே தனித்துப் போன அம்மாவை, வேலைக்காகத் தனியாக காடு காடாக அலைந்த அம்மாவை, கோடை காலத்தில் ஈரத் துணியோடு ஆற்றில் மணல் அள்ளிய அம்மாவைத் தவறான கண்ணோட்டத்தில் பார்க்காததாலும், அவதூறாகப் பேசாததாலும்தானே அம்மாவால் பத்திரமாகத் தன்னைக் காத்துக் கொண்டு, அந்த வேலைகளை இடைநிறுத்தாமல் செய்ய முடிந்தது?!

இப்போதும், இந்த அடைமழையிலும் அநாதைகளாக, அநாதரவாக நிற்கும் எமக்காக இவ்வளவு தூரம் ஓடி வந்து எல்லா வேலைகளையும் சிரமேற்கொண்டு செய்கிறார்கள். அதற்காக இந்த நல்லவர்களுக்கும் நான் நன்றி செலுத்தக் கடமைப்பட்டுள்ளேன்.

இவர்களுக்காகவும், எனது அம்மாவுக்காகவும் நன்றாகப் படித்து, நல்ல ஒரு நிலையை அடைந்து என்னைப் பெற்ற அம்மாவுக்கும், இந்த ஊருக்கும் பெருமை சேர்ப்பேன் என்று உறுதியாக நம்புகிறேன். என்றாலும் எனது அம்மா எனக்குச் செய்தவற்றுக்கெல்லாம் எவ்வாறு அவளுக்கு நான் நன்றி தெரிவிப்பேன்?!

8

அம்மாவைக் கொன்ற மழை ஒரு பெரும்போர்வையை ஆகாயத்திலிருந்து கீழ் நோக்கி விரித்துத் தொங்க விட்டிருப்பது போல முன்னால் தென்படும் காட்சிகளை மறைத்தவாறு அடர்த்தியாகப் பெய்து கொண்டிருக்கிறது. மழையோசையோடு, அது ஏற்படுத்தும் குளிர் உடல் சிலிர்க்கச் செய்கிறது. மழையும், குளிரும் நன்கு பழகிய இந்த மலைவாசிகள் கூட கைகளை இறுக்கமாக நெஞ்சுக்குக் குறுக்கே கட்டிக் கொண்டுதான் இப்போது எமது வீட்டில் நின்று கொண்டிருக் கிறார்கள். அடுத்து என்ன செய்ய வேண்டும் என்று உத்தரவிடு வதற்கான போதமின்றி நான் ஒரு சிலை போல அமர்ந்திருக்கிறேன்.

காலம்தான் எத்தனை சீக்கிரமாக ஓடி விடுகிறது?! கடைசியாக, பாட்டி காலமான சமயத்தில்தான் இந்த வீட்டில் இவ்வாறு ஆட்கள் நிறைந்திருந்தார்கள். பாட்டியின் சாவுக்கோ வீடு முழுவதும், முற்றத்திலும், வீட்டுக்கு வரும்வழியிலும் என எங்கும் ஆட்கள் நிறைந்திருந்தார்கள். அதனோடு ஒப்பிட்டுப் பார்த்தால் இன்று சேர்ந்துள்ள ஆட்களின் எண்ணிக்கை மிகவும் குறைவு. அது மழை பெய்வதாலாக இருக்கலாம்.

பாட்டி செத்தது கோடை காலத்திலல்லவா?! மரங்களில் இலைகள் உதிர்ந்து, சில பெருவிருட்சங்களும் கூட பட்டுப் போய் எங்கும் வெக்கை படர்ந்திருந்த காலம் அது. அதனால் பாட்டியின் மரணத்துக்கு

நிறையப்பேர்வந்திருந்தார்கள்.இல்லாவிட்டாலும்பாட்டியைத்தான்ஊரிலும், பக்கத்து ஊர்களிலும் என நிறையப் பேருக்குத் தெரிந்திருந்ததே.

ஊரிலும், அயல் கிராமங்களிலும் எங்கு எந்த வீட்டில் விஷேசங்கள் நடந்தாலும் பாட்டியைத்தான் சமைக்கக் கூப்பிடுவார்கள். அந்தந்த வீட்டினர்கள் எமது வீட்டுக்கே வந்து பாட்டியைச் சந்தித்து அவளிடம் வெற்றிலை கொடுத்து தமது வீட்டில் இன்னின்ன விஷேசம் நடைபெறவிருக்கிறது, இத்தனை பேர் வருவார்கள், அந்த நிகழ்வு இன்ன நாளில் நடைபெறும், நீங்கள்தான் வந்து பொறுப்பேற்று சமைத்துக் கொடுக்க வேண்டும் என்று வேண்டிக் கொள்வார்கள்.

பாட்டியிடம் பொறுப்பை ஒப்படைத்து விட்டால் எல்லாம் சிறப்பாக நடைபெறும் என்று ஊரிலும், அயல்கிராமங்களிலும் என எல்லோருமே உறுதியாக நம்பினார்கள். பாட்டியும் தனக்கு ஓர் உத்தரவு இடப்பட்டு விட்டால், சிரமேற்கொண்டு, மிகச் சிரத்தையாக அதைச் செய்து முடிப்பாள்.

பாட்டி தான் சாகும்வரைக்கும் அவர்களின் நம்பிக்கைக்குப் பாதகம் ஏற்படாதபடியே நடந்து கொண்டாள். அவள் சமையல் வேலைக்குக் கூட்டிக் கொண்டு போவதற்கென்றே ஊரிலும், அயலிலும் சில சுறுசுறுப்பான பெண்களை ஏற்பாடு செய்து வைத்திருந்தாள். அவ்வாறான வேலைகளுக்கு எல்லோரும் ஒன்றாகத்தான் நடந்து போய் வருவார்கள்.

சமையல் வேலை முடிந்து திரும்பி வரும்போது வைபவம் நடந்த வீட்டுச் சொந்தக்காரர்கள் பாட்டியிடம் வாழையிலையில் பொதிந்து கொடுக்கும் விருந்துச் சாப்பாட்டை எனக்கும், அம்மாவுக்கும் என எடுத்துக் கொண்டு வந்து தருவாள். விருந்து வைபவங்களில் என்னதான் மிகச் சுவையாக இறைச்சிக் கறிகளை அவள் சமைத்த போதிலும் ஒருபோதும் அவள் மாமிசம் சாப்பிட்டதேயில்லை. அதை ஒரு கொள்கையாகவே அவள் கடைப்பிடித்து வந்தாள்.

ஊரில் ஒரு தேர்ந்த வேட்டைக்காரன் இருக்கிறான். அவன் காட்டுக்கு வேட்டைக்குப் போய் எப்போதெல்லாம் பெரிய விலங்கொன்றை வேட்டையாடுகிறானோ அப்போதெல்லாம் அதனைத் தோலுரித்து இறைச்சியை சேம்பிலையிலோ, வாழையிலையிலோ பொதிந்து ஊரிலிருக்கும் வீடுகளுக்கெல்லாம் இலவசமாகப் பங்கிடுவான்.

சில மாதங்களுக்கு ஒரு முறையாவது அந்த வேட்டைக்காரன் அவ்வாறு எமது வீட்டுக்குக் கொண்டு வந்து தரும் மாமிசப் பொதியை வாங்கிக் கொள்ளும் பாட்டி அதைத் துண்டுகளாக வெட்டி உப்பிட்டு அவித்து புகையில் நன்றாகக் காய வைத்து எடுத்துப் பத்திரப்படுத்தி வைப்பாள். பிறகு தினந்தோறும் எனக்கு அதைக் கொஞ்சம் கொஞ்சமாகச் சமைத்து ஊட்டி விடுவாள். நான் சாப்பிட மறுக்கும் நேரங்களில் அவன் வேட்டையாடிய கதைகளைச் சொல்லிச் சொல்லியே எனக்கு உணவூட்டுவதால் பால்ய வயதில் அந்த வேட்டைக்காரனைக் கண்டாலே பயந்து ஓடுவேன்.

அந்த வேட்டைக்காரன் ஒன்றும் அந்தளவு திடகாத்திரமானவனல்ல. கறுத்து, மெலிந்து, உயரமாக, மாறுகண்ணோடு இருப்பான். அவனைப் பார்த்தால் சாதாரணமானவனாகத்தான் தெரியும். என்றாலும் வேட்டைக்கான வித்தைகளையும், உத்திகளையும் நன்கு அறிந்திருந்த அவனை யாரும் நேரில் கண்டால், தான் நல்ல வேட்டைக்காரனென்று அவனே சத்தியம் செய்து சொன்னால் கூட யாருமே நம்ப மாட்டார்கள். எனது அப்பா தென்னையிலிருந்து விழுந்து மரித்த போது, அவன்தான் முதலில் உதவிக்கு ஓடி வந்தான் என்று பாட்டி சொல்லியிருக்கிறாள்.

உண்மையில் பாட்டிக்கும் என்னைப் படிப்பிக்க வைத்து, பெரிய ஆளாக்கிப் பார்க்க வேண்டும் என்ற ஆசை உள்ளுக்குள் இருந்திருக்கும்தான். ஆனால் பல ஊர்களைப் பார்த்திருந்த அவளுக்கு, பல வீடுகளுக்கும் போய் வந்த அனுபவம் கொண்ட அவளுக்கு

என்னைப் படிக்க வைக்க உள்ள சாத்தியப்பாடுகள் குறித்தும், நான் வெளியூருக்கு மேற்படிப்புக்காகப் போனால் எனது அம்மா தனித்துப் போகும் காலத்தில் அவளை அது எவ்வளவு தனிமைக்குள்ளாக்கும் என்ற பயமும், படித்துப் பெரிய ஆளானால் அயலூர்களில் பலரையும் போல நான் அம்மாவைக் கை விட்டுவிட்டு வெளியூருக்கே நிரந்தரமாகப் போய் விடுவேனோ என்ற ஐயமும் பலமாக இருந்திருக்கக் கூடும். ஆகவேதான் அவள் என்னைப் படிக்க வைப்பதற்கு மறுப்புத் தெரிவித்திருப்பாள்.

அம்மாதான் என்னைப் படிப்பிக்க வைப்பதில் பிடிவாதமாக இருந்தாள். அவளுக்குள்ளும் இந்த ஐயங்கள் இருந்திருக்கக் கூடும்தான். ஆனால் அவள் எனது நல்ல எதிர்காலம் குறித்து மாத்திரமே சிந்தித்திருப்பாள். அம்மாவுக்கு இந்த வீடும், காடும், ஆறும் மட்டும்தான் உலகம். எனக்குத் தெரிந்து அவள் அயல் கிராமங்களுக்கோ, அங்கிருக்கும் வீடுகளுக்கோ கூட சென்றதில்லை. வெற்று போத்தல்களை வாங்கி வரவும், வாசனைத் திரவியங்களை விற்றுவரவும் நகரத்துக்குப் போய் வருவதோடு சுருங்கிக் கொண்ட தனியுலகம் அவளுடையது.

அம்மாதான் பிடிவாதமாக இருந்து என்னைப் பாடசாலைக்கு அனுப்பத் தேவையான அனைத்துக் காரியங்களையும் ஒற்றை ஆளாக மேற்கொண்டாள். தனியாக என்னை நகரத்துக்குக் கூட்டிக் கொண்டு போனாள். ஒரு தையல்காரரிடம் அழைத்துப் போய் எனக்குரிய பாடசாலைச் சீருடைக்கு அளவு கொடுக்கச் செய்தாள். பின்னர் முடி திருத்துபவரிடம் கூட்டிக் கொண்டு போய் எனது சிகையை அளவாக வெட்டச் செய்தாள்.

அந்த இரண்டு இடங்களுக்கும் நான் முதன்முறையாகப் போனது அப்போதுதான். அதுவரையில் அம்மாதான் எனது தலைமயிர் வளர

வளர வெட்டி விட்டாள். அதை ஒரு சடங்கு போலத்தான் எப்போதும் பக்குவமாகச் செய்தாள்.

எனக்கு முடி வெட்ட வேண்டும் என்று அவள் தீர்மானிக்கும் நாட்களில் கத்தரிக்கோலையும், சிவப்பு நிறத்தில் தட்டையான சீப்பொன்றையும் துணிப் பொதிக்குள் பொதிந்துகொள்ளும் அவள் என்னையும் கூட்டிக் கொண்டு ஆற்றுக்கு வருவாள். ஆற்றோரமாக அவள் என்னைக் கற்பாறையில் அமர்த்தி விட்டு மிக நேர்த்தியாகவும், முடிக்கு வலிக்குமோ என்பது போல மிக மெதுவாகவும் பார்த்துப் பார்த்து எனது தலைமயிரை வெட்டி விடுவாள். அப்போதெல்லாம் எனக்கு சலிப்பாக இருக்கும் என்றாலும் பொறுமையாக அமர்ந்திருப்பேன். அதனைத் தொடர்ந்து எனது கைகளிலும், கால்களிலும் வளர்ந்திருக்கும் நகங்களைக் கத்தரிக்கோலாலே வெட்டி விடுவாள்.

பின்னர்தான் எனது முதுகு தேய்த்து நன்றாகக் குளிப்பாட்டி, தலை தோய்த்து எனது நெற்றியிலும், கன்னத்திலும் முத்தமிடுவாள். பிறகு எமது வீடு வரைக்கும் என்னை இடுப்பில் வைத்துக் கொண்டே மூச்சு வாங்க வாங்க நடந்து வருவாள்.

இவையெல்லாம் நான் பாடசாலைக்குப் போக முன்பு நடந்தது. எப்போது நகரத்துக்குப் போய் முடி வெட்டத் தொடங்கினோமோ அதற்குப் பிறகு ஒவ்வொரு தடவையும் நகரத்திலிருந்த அந்த முடி திருத்துபவரிடம்தான் நாங்கள் போய் வந்தோம். மிகவும் குட்டையாகத்தான் எனது தலைமயிரை அவர் வெட்டி விடுவார். என்றாலும் வீடு திரும்பிய பிறகு, பாட்டி எனது தலையை அங்குமிங்குமாகத் திருப்பிப் பார்த்து அவர் ஒழுங்காக வெட்டவேயில்லை என்று குறைபட்டுக் கொள்வாள். நகரத்தில் வைத்து அம்மா வாங்கித் தந்த சிவப்பு பூந்தியையோ, இனிப்புப் பூசணியையோ, மிட்டாய்களையோ அவளுடன் நான் பகிர்ந்து

கொள்வேன். அது அவளை சமாதானப்படுத்துவதற்காகக் கூட இருக்கலாம். அந்த வயதில் அவளைச் சிரிக்க வைக்கும் ஓர் உத்தியாகவும் அது இருந்தது.

பாடசாலைக்குப் போக சீருடை தைத்ததுதான் எனக்கே எனக்கென்று தைத்த முதல் ஆடையாக இருந்தது. அதுவரையில் பாட்டி சமைக்கப் போன இடங்களில் அவளுக்குக் கொடுத்து விடும் பழைய துணிமணிகளும், சேலைகளும்தான் எமது ஆடைகளாகவிருந்தன. ஒன்றோ அவை எனக்குப் பெரியதாக இருக்கும் இல்லாவிட்டால் இறுக்கமானதாக இருக்கும். நேர்த்தியாக ஆடையணிய வேண்டும் என்றெல்லாம் யோசிக்கத் தெரியாத வயதுதானே அது?! அடுத்ததாக, இந்தக் காட்டுக்குள் யார் பார்க்கத்தான் நேர்த்தியாக ஆடையணிய வேண்டும் என்றுதான் இப்போதும் தோன்றுகிறது.

ஆகவே அன்று முதன்முதலாக எனக்கெனவே அளவெடுத்துத் தைக்கப்பட்ட அந்தச் சீருடைகள் இரண்டும் எனக்கு மிகவும் ப்ரியத்துக்குரியதாகவும், என்னை மிகவும் மகிழ்ச்சிப்படுத்துவதாகவும் இருந்தன. அம்மாவுடன் போய் முதன்முதலாக எனக்கே எனக்கெனத் தைத்தெடுத்த அந்தச் சீருடைகளை அம்மா அன்று என்னை அணிந்து பார்க்க வைத்தாள். பின்னர் பத்திரமாக எடுத்து மடித்து தனது தகரப் பெட்டிக்குள் வைத்தாள்.

அந்தத் தகரப் பெட்டிதான் அவளது பாதுகாப்புப் பெட்டகம். பாதுகாக்கப்பட வேண்டும் என்று அவள் கருதுபவற்றை பத்திரமாக அதற்குள்தான் வைப்பாள். அதற்குப் பூட்டென்று ஒன்றும் கிடையாது. எப்போது திறந்தாலும் அந்தப் பெட்டிக்குள் கற்பூர வில்லைகளினதும், வெட்டிவேரினதும் வாசனை வீசும். அந்தப் பெட்டி எப்போதும் எனது கயிற்றுக் கட்டிலின் கீழேதான் வைக்கப்பட்டிருக்கும். அவளைப் பொறுத்தவரையில் வீட்டிலிருக்கும் பாதுகாப்பான இடமென்றால் அது ஒன்றாகத்தான் இருந்திருக்கக் கூடும்.

9

அம்மாவுடன் நகரத்துக்குப் போய் சீருடை தைத்து, முடி திருத்தி வந்ததாகவும், அதன் பிறகும் சில காலத்துக்கு அது தொடர்ந்ததாகவும் மேலே சொன்னேன், இல்லையா?! அப்போதெல்லாம் அம்மாவுடன் நகரத்துக்குப் போய் வருவதுதான் எனக்கு மிகவும் விருப்பமான காரியமாக இருந்தது.

மலையிறங்கி வந்து நெடுஞ்சாலையோரமாக நின்றால் நகரத்துக்குச் செல்லும் பேரூந்து அந்த வழியால்தான் போகும். பாடசாலைக்கு இறங்கிச் செல்ல வேண்டிய இடத்துக்கு இடப்புறமாக சற்று மேடான இடத்தில் சிறியதொரு பேரூந்துத் தரிப்பிடம் இருக்கிறது. அங்குதான் நிற்க வேண்டும்.

அதற்கு அருகாமையில்தான் சோளம் அவித்து விற்கும் மூதாட்டியின் சிறிய பெட்டிக் கடை இருக்கிறது. பாடசாலைப் பிள்ளைகளுக்கென அவள் இனிப்புகளையும், பல விதமான ஊறுகாய் வகைகளையும் விற்பாள். ஜம்பு, லொவி, நெல்லி, கொய்யா, மாங்காய், வெரலிக்காய் என அந்தந்தப் பருவத்துக்கு என்னென்ன காய், பழங்கள் கிடைக்கின்றனவோ அவற்றை உப்பிலிட்டு பெரிய கண்ணாடி போத்தல்களில் போட்டு வைத்துக் கொண்டு விற்பாள். சிறு பிள்ளைகள் சில்லறைக் காசுகள் கொடுத்து அவற்றை வாங்கும்போது அவற்றை

எண்ணியோ, எடை பார்த்தோ கொடுக்காமல் அள்ளியள்ளிக் கொடுப்பாள். வாழை, ஆனைக் கொய்யா, அன்னாசி, பப்பாளி, எலுமிச்சை போன்ற பழங்களையும் கூட அவள் விற்பனைக்கு வைத்திருப்பாள்.

அந்தப் பேரூந்துத் தரிப்பிடம் என்றால் கொஞ்சம் பெரிய தரிப்பிடம்தான். அந்தத் தெரு நெடுஞ்சாலை என்பதாலும், தொலைதூர நகரங்களுக்குப் போய் வரும் பேரூந்துகள் செல்லும் பாதை அது என்பதாலும் அந்தப் பகுதியிலேயே தகரக் கூரை வேயப்பட்ட ஒரேயொரு பேரூந்துத் தரிப்பிடம் அது. தொலைதூர நகரங்களுக்கு வேகமாகப் போய் வரும் பேரூந்துகளும், லாரிகளும், ஏனைய வண்டிகளும் எப்போதாவதுதான் அதனருகே நிற்கும். பகல்வேளைகளில் அவ்வாறு நிற்கும்போது சில வெளியூர்ப் பயணிகள் மூதாட்டியிடம் விற்பனைக்காக வைக்கப்பட்டிருப்பவற்றை வாங்கிக் கொள்வார்கள்.

அந்தப் பேரூந்துகள் அல்லாமல் அயல்கிராமங்களிலிருந்து நகரத்துக்குப் போய் வரும் சிறிய பேரூந்துகள்தான் அந்தப் பேரூந்துத் தரிப்பிடத்தில் நின்று நகரத்துக்குப் போகக் காத்திருக்கும் கிராமத்தவர்களை ஏற்றிச் செல்லும். அந்தச் சிறிய பேரூந்துகளுக்காக வெகுநேரம் அங்கு காத்திருக்க வேண்டியிருக்கும். அவ்வாறு காத்திருக்கும் கிராமத்தவர்களும் கூட மூதாட்டியிடம் வெற்றிலை பாக்கோ, எலுமிச்சம்பழமோ வாங்கிக் கொள்வார்கள்.

அந்தச் சிறிய, பழைய பேரூந்துகளில் ஏறி அமர்ந்தால் அவை அதிர்வதற்கேற்ப அதன் ஜன்னல்களும் கூட தடதடவென்று அதிரும். ஒருவர் சற்று வேகமாக ஓடினாலே அவற்றைத் தாண்டிப் போய் விடலாம் என்று தோன்றச் செய்யும்படியான வேகத்தோடு ஓடக் கூடிய அந்தப் பழைய பேரூந்துகளில் எப்போதும் வெகுசிலரே பயணிப்பார்கள். தாம் சேகரித்த மிளகையோ, கிராம்பையோ,

சாதிக்காயையோ, கொக்கோ விதைகளையோ மூட்டையாகக் கட்டி நகரத்துக்குக் கொண்டு சென்று விற்பதற்காக எடுத்து வருபவர்கள்தான் அதில் அதிகம் பயணிப்பார்கள்.

அந்தப் பேரூந்துத் தரிப்பிடத்திலிருந்து நகரத்துக்கு அவ்வளவு தூரமில்லை. பத்துப் பதினைந்து மைல்கள் தூரம்தான் இருக்கும். பேரூந்துக்குக் காத்திருக்கப் பொறுமையற்றவர்களும், பேரூந்துப் பயணங்களின்போது குமட்டல் வருபவர்களும் நடந்து கூட நகரத்துக்குப் போய் வருவார்கள். அவ்வாறான பேரூந்தில்தான் நானும் அம்மாவுடன் நகரத்துக்குப் பயணித்து வந்தேன்.

கொஞ்சம் கொஞ்சமாக நான் வளர ஆரம்பித்து, மேல் வகுப்புகளுக்கு உயர உயர தனியாக நகரத்துக்குப் போய் முடி திருத்தி வரவும், எனக்குரிய சீருடைகளையும், ஆடைகளையும் தைத்து வரவும் என்னால் முடிந்தது. அவற்றுக்குரிய பணத்தையும், பாடசாலைக்குத் தேவைப்படும் பணத்தையும் நான் கோரும்போது அம்மாதான் பாடுபட்டு உழைத்தோ, கடன்பட்டோ என்னிடம் தந்தாள். அந்தத் தியாகத்துக்காகவாவது நான் அவளை வெளிப்படையாக நேசித்திருக்க வேண்டும், இல்லையா?!

அதை நான் செய்யத் தவறி விட்டேன். இந்தக் காயம் எனது வாழ்நாள் முழுதும் எனக்குள்ளிருந்து என்னைத் துன்புறுத்திக் கொண்டேயிருக்கும்!

அப்படித்தான் ஒரு தடவை நான் தனியாக நகரத்துக்குப் போயிருந்த சந்தர்ப்பத்தில் அங்கு தபால் நிலையத்துக்கு முன்னால் நடைபெற்ற விபத்தொன்றை நான் நேரில் கண்டேன். அந்த விபத்து என் மனதின் ஆழத்தில் பதிந்து இப்போது நினைத்தாலும் நெஞ்சில் ஒரு பதற்ற உணர்வை எனக்குள் கிளர்த்திக் கொண்டேயிருக்கிறது.

வேகமாக வந்த கறுப்பு நிறக் காரொன்று, பாதையைக் கடந்து கொண்டிருந்த முதியவர் ஒருவரை மோதியது. கோடிட்ட நீல நிற பிஜாமா சாரமொன்றை அணிந்திருந்த அவர் அந்தரத்தில் தூக்கியெறியப்பட்டுக் கீழே விழுந்தார். தரையில் மோதிய அவரது தலையிலிருந்து ரத்தம் வழிந்து தெருவை நனைத்தது. அவரது வாய் பிளந்திருந்தது. கண்கள் திறந்திருந்தன.

அந்தக் காட்சி தொடர்ந்து சில நாட்கள் என்னை உறங்கவே விடாமல் பரிதவிக்கச் செய்தது. அது நடந்து இப்போது ஒன்றிரண்டு வருடங்கள் கடந்து விட்டன. என்றாலும் நகரத்துக்குப் போகும்போதோ, கறுப்பு நிறக் கார்கள் பார்வையில் படும்போதோ, கோடிட்ட நீல நிற பிஜாமா சாரங்களைக் காணும்போதோ இப்போதும் எனக்கு அந்த விபத்து ஞாபகம் வந்துகொண்டேயிருக்கிறது. அம்மாவுக்குக் காதுகேட்கும் திறன் இருந்திருந்தால் இந்த விபத்து குறித்து அன்றே அவளிடம் கூறியிருப்பேன் என்று தோன்றுகிறது. அவ்வாறு அவளிடமாவது அந்தத் துயர சம்பவத்தைப் பகிர்ந்து கொண்டிருந்தால் என் மனம் அன்றே ஆறுதலடைந்திருக்கும் என்று நினைக்கிறேன்.

10

அம்மாவுடன் இருந்த பால்ய காலப் பொழுதுகள் எனக்கு அவ்வளவு ஆறுதலைத் தரக் கூடியவையாகத்தான் இருந்தன. நான் பாடசாலைக்குப் போகத் தொடங்கிய ஆரம்ப காலத்தில் ஒரு தடவை விதவிதமான பூக்களைக் காகிதத்தில் ஒட்டிக் கொண்டு வருமாறு பாலர் வகுப்பில் சொல்லியிருந்தார்கள். அம்மாவுடனே ஒட்டிக் கொண்டு திரிந்த காலம் அது. அந்த விடயத்தைப் பாட்டியிடம் சொன்னதும் பாட்டி அதைச் சைகையில் அம்மாவிடம் விவரித்தாள். அப்போதுதான் வேலை விட்டு வந்து களைத்துப் போயிருந்த அம்மா, எனக்காக மீண்டும் காட்டுப் பூக்களைத் தேடி காட்டுக்குள் என்னுடன் அலைந்தாள்.

அதுதான் நான் முதன்முதலாக காட்டுக்குள் போன பயணம். அம்மா எனது கையை விடவேயில்லை. காட்டுக்குள் சிறு சிறு நீரோடைகள் குறுக்கிடும்போது அவள் என்னைத் தூக்கி இடுப்பில் வைத்துக் கொண்டு நடந்தாள். ஆங்காங்கே மரங்களில் காட்டுக் குரங்குகள் இருந்தன. வீட்டைச் சுற்றியிருக்கும் மரங்களுக்கு பொதுவாக காட்டுக் குரங்குகள் வருவதில்லை. அவ்வாறு எப்போதாவது அவை வந்தால் கூட அவற்றைத் துரத்தக் கூடாது என்றும் துரத்தினால்தான் அவை அடிக்கடி வந்து தொந்தரவு தரும் விதமாக நடந்துகொள்ளும் என்றும் பாட்டி சொல்லித் தந்திருக்கிறாள்.

சருகுகளிடையே கிடந்த கறுப்பும், வெள்ளையுமாக வெள்ளி நிறத்தில் மின்னிய நீண்ட மலைப்பாம்புச் சட்டையொன்றை காட்டுக்குள் அன்று அம்மா காட்டித் தந்தது நினைவிருக்கிறது. அன்று காட்டுக்குள் நான் கேட்ட வித விதமான விலங்குகளின் ஓசையை அவள் கேட்டிருக்க மாட்டாள். அவை என்னை அச்சுறுத்தின என்றாலும், அம்மா கூடவே இருந்ததால் அவளை ஒரு கவசம் போலத்தான் அன்று நான் உணர்ந்தேன்.

அந்தி வெயிலின் மஞ்சள் நிறம் வெளியெங்கும் பரவியிருந்த நேரம் அது. பெரு விருட்சங்களினூடே அந்த வெயில் பட்டு மின்ன மின்ன காட்டுப் பூக்களைத் தேடித் தேடிப் பறித்து அவற்றைப் பத்திரமாகத் தனது கைகளில் ஏந்தியிருந்தாள் அம்மா. மஞ்சள், இளஞ்சிவப்பு, ஊதா, சிவப்பு, வெள்ளை, மென்னீலம் என விதவிதமான வர்ணங்களில் வண்ண வண்ணப் பூக்களைக் கையிலேந்தியிருந்த அவள் அன்று ஒரு காவல் தேவதையைப் போலத்தான் எனக்குத் தெரிந்தாள்.

தான் சேகரித்த பூக்களைப் பத்திரமாக அகலமான காட்டு இலையொன்றில் கசங்காமல் பொதிந்து என்னிடம் தந்து விட்டு, அவள் ஆங்காங்கே சேகரித்த விறகுச் சுள்ளிகளைக் கட்டியெடுத்து தலையில் வைத்துக் கொண்டு எனது கையைப் பிடித்துக் கொண்டு நடந்தாள். கோடை காலத்தின் வெக்கை நிரம்பியிருந்த அந்தக் காலத்தில் காட்டின் குளிர்ச்சியைப் பூக்களோடு நாங்கள் அன்று எமது வீட்டுக்கு அழைத்து வந்தோம்.

தாத்தாவின் காலத்தில் கட்டிய பழைய மண் வீடு இது. வீட்டின் பின்வாசல் திண்ணையின் வலப்புற மூலையிலும் கூட தரையில் மூன்று கருங்கற்கள் வைக்கப்பட்ட ஓர் அடுப்பு இருக்கிறது. பாட்டியும், அம்மாவும் அதில்தான் வெண்ணெய்யைக் காய்ச்சி நெய் எடுப்பார்கள். கூவைக் கிழங்கோ, மஞ்சள் கிழங்கோ அதிகமாகக்

கிடைக்கும் காலங்களில் அவற்றை அவிக்கவும் அந்த அடுப்பைத்தான் பயன்படுத்துவார்கள்.

எனது பால்ய வயதில் அவர்களது அந்த வேலைகளை கொல்லை வாசலோரமாக இடப்பட்டிருக்கும் பலகை வாங்கில் அமர்ந்திருந்து சலிக்காமல் பார்த்துக் கொண்டேயிருப்பேன். அதனருகே விரிக்கப்பட்டிருக்கும் பாயில் அமர்ந்திருந்துதான் அவர்கள் பாலிலிருந்து வெண்ணை கடைவார்கள். வெண்ணெய் கடைவதற்கான கயிறு அங்கிருக்கும் மரத் தூணில் கட்டப்பட்டிருக்கும். அவர்கள் செய்வது போல எனது பிஞ்சுக் கைகளால் மத்தினால் கடைந்து பாலிலிருந்து வெண்ணெய் எடுக்க முற்பட்டு தோல்வியடைந்திருக்கிறேன்.

கொல்லைத் திண்ணையின் மறுமூலையில் காய்ந்த விறகுகள் நேர்த்தியாக அடுக்கப்பட்டிருக்கும். கூரை முகப்பிலிருந்து தொட்டில் போல கயிறுகள் தொங்கவிடப்பட்டு அதில்தான் காய்ந்த தென்னை மட்டைகளும், தென்னம்பாளைகளும், விறகுகளும் அடுக்கப்பட்டிருக்கும். அதனருகே பாயை விரித்து அமர்ந்துதான் கூடைகளையோ, பாய்களையோ நெய்வாள் பாட்டி. தென்னோலைகளை மடித்து மடித்து அவளது விரல்கள் வேகமாக இயங்கிக் கொண்டிருப்பதை அலுக்காமல் நான் பார்த்துக் கொண்டேயிருப்பேன். எனக்கு விதவிதமான கதைகளைச் சொல்லிக் கொண்டே முடைவதைச் செய்து கொண்டிருப்பாள் அவள்.

அந்தக் காலத்தில் நாங்கள் வளர்த்த சாம்பல் நிறப் பூனையும் அனைத்தையும் உற்று நோக்கியவாறு எனது கால்களையே சுற்றிச் சுற்றி வந்துகொண்டிருக்கும். வேட்டை இறைச்சியைக் கழுவி வெட்டுவதற்கும், ஆற்று மீன்களைத் துப்புரவாக்குவதற்கும் கூட பாட்டி அந்த இடத்தைத்தான் பயன்படுத்துவாள். அடுக்கப்பட்டிருக்கும் விறகுகளிடையே பாம்புகள் புகுந்திருக்கும் என பாட்டி விறகுகள்

அடுக்கப்பட்டிருக்கும் இடத்துக்கு என்னை அண்ட விடவே மாட்டாள்.

இவ்வளவு எனக்கு நெருக்கமாக இருந்த பின்வாசல் திண்ணை பால்ய காலம் கடந்து நான் வளர வளர என்னை விட்டுத் தொலைவாகிக் கொண்டே வந்தது. அம்மாவிடமிருந்து விலகியதைப் போலவே, நான் அதிலிருந்தும் கொஞ்சம் கொஞ்சமாக விலகிக் கொண்டே வந்தேன். இப்போதும் அந்த இடம் அப்படியேதான் இருக்கிறது.

இறுதிச் சடங்குகளுக்காக அம்மாவைக் குளிப்பாட்டுவதற்காக பெண்கள் சிலர் சேர்ந்து அந்த இடத்துக்குத்தான் அவளைத் தூக்கிச் செல்கிறார்கள். நான் எழுந்து சென்று அந்த இடத்தை எட்டிப் பார்க்கிறேன். யாரோ திண்ணையின் வலப்புறத்தில் பாயொன்றை விரித்திருக்கிறார்கள். அதில்தான் அம்மாவைக் கிடத்துகிறார்கள். அம்மா வெண்ணெய் காய்ச்சும் அடுப்பு அவளது தலைமாட்டில் இருக்கிறது.

திண்ணையின் விளிம்பில் கொல்லையின் ஓரமாக ஒரு பழைய பெரிய மண்பானை வைக்கப்பட்டிருக்கிறது. கூரை வழியே மழை நீர் சொட்டி அந்தப் பெரிய மண்பானையில் சேகரமாகும் தண்ணீர் வெளியே சிந்தி வழிந்து கொண்டேயிருக்கிறது. அந்தக் குளிர்ந்த நீரைத்தான் அம்மாவைக் குளிப்பாட்டவும் பயன்படுத்துகிறார்கள்.

அம்மாவும், பாட்டியும் அந்தத் திண்ணையில் அமர்ந்திருந்து ஓரோர் வேலைகளைச் செய்வதுவும், சாம்பல் நிறப் பூனை காலைச் சுற்றிச் சுற்றி வருவதுவும் ஒரு சித்திரம் போல இப்போதும் எனது மனதுக்குள் ஓடுகிறது. யாரோ எனது தோளைப் பிடித்து வீட்டுக்குள் அழைத்து வருகிறார்கள். நான் மீண்டும் அந்தக் கயிற்றுக் கட்டிலில் அமர்ந்து கொள்கிறேன்.

பாட்டியையும் அதே இடத்தில் வைத்துத்தான் இறுதியாகக் குளிப்பாட்டினார்கள். அன்றைக்குப் பிறகு வெகுகாலத்துக்கு அம்மா

திண்ணையிலிருக்கும் பலகை வாங்கில் அமர்ந்திருந்து தொலைவை வெறித்துப் பார்த்து எதையோ யோசித்து யோசித்துப் பெருமூச்சு விடுவதை பல தடவைகள் நான் கண்டிருக்கிறேன். அந்த இடத்திலிருந்து பார்த்தால் அம்மாவின் சிறிய வீட்டுத் தோட்டம் கடந்து தொலைவிலிருக்கும் காட்டு மரங்களடர்ந்த மலைச் சரிவே பார்வைக்குத் தென்படும்.

அம்மாவின் வீட்டுத் தோட்டத்தின் முடிவில் ஒரு சிறிய நீரோடை ஓடுகிறது. மேலே மலையிலிருந்து ஊற்றெடுத்து வரும் நீரோட்டத்தின் நீர்ப் பாதை அது. குரவை, தேளி போன்ற மீன்கள் ஓடித் திரியும் அதில் எப்போதும் தவளைகளும், பேத்தைகளும் மிதந்து கொண்டிருப்பதைக் காணலாம். மழைக் கால இரவுகளில் அவை கத்தும் ஓசை வீட்டையே அதிரச் செய்யும். அடை மழை பெய்யும் காலங்களில் அந்தச் சிற்றோடையும் கூட பெருக்கெடுத்துப் பாயும். அவ்வாறு வெள்ளம் வந்து ஓய்ந்ததற்குப் பிறகு பார்த்தால், அவ்வளவு காலமும் இருந்த மீன்கள் ஒன்றும் அந்த ஓடையில் தென்படாது. என்றாலும் சிறிது காலம் கடந்த பிறகு மீண்டும் அதில் மீன்கள் நிறைந்திருக்கும்.

முன்பெல்லாம் அவ்வாறு மீன்கள் நிறைந்திருக்கும் காலத்தில் ஆசைக்கு மீன் பிடிக்கவென எனது வகுப்புத் தோழர்கள் சிலர் எமது வீட்டுக்கு வருவார்கள். பழைய துணியொன்றைக் கொண்டு மீன் பிடிக்கும் எங்களால் அந்த நீரோடை சகதிக் குட்டையாகும். வருபவர்கள் மீன் பிடித்து விளையாடி விட்டு, தோட்டத்தில் விளைந்திருக்கும் பயற்றங்காய் பிஞ்சுகளைப் பறித்துக் கொறிப்பார்கள். கொக்கோப் பழங்களை பறித்துச் சாப்பிடுவார்கள். தோட்டத்தில் ஓடி விளையாடி மரவள்ளித் தளிர்களை ஒடித்திருப்பார்கள். இஷ்டம் போல இளநீர் பறித்துக் குடிப்பார்கள். அம்மா ஒன்றும் சொல்ல மாட்டாள். அம்மாவால்தான் ஒன்றும் சொல்ல முடியாதே. என்றாலும் அவர்களது செயல்களுக்காகக் கோபப்பட்டதாகவும் காட்டிக் கொள்ள மாட்டாள்.

எமது வீட்டுக்கு யாராவது ஆட்கள் வருவது அம்மாவுக்கு மிகவும் பிடிக்கும். அவள் ஓய்வாக இருக்கும் நேரங்களில் யாராவது வீட்டுக்கு வந்தால் ஏதாவது தீன்பண்டங்களையோ, அவித்த கிழங்குகளையோ, பழங்களையோ அவர்களுக்குக் கொடுத்து உபசரிக்காமல் இருக்கவே மாட்டாள். அதற்காகவே எனது வகுப்புத் தோழர்கள் பலரும் அடிக்கடி மலையேறி எமது வீட்டுக்கு வருவார்கள். அது எனக்கும் மிகுந்த சந்தோஷத்தை அளித்தது.

என்றாலும் எனது அம்மா அவர்கள் மீது இந்தளவு பாசமாக இருந்தும், அவர்களுக்காக இவ்வளவு செய்தும் அவர்களுள் ஒருத்தி ஏதோ ஒரு சிறிய வாக்குவாதத்தில் என்னை ஊமச்சியின் பிள்ளை என்று சொன்னது என்னை ஒருசேரக் கோபம் கொள்ளவும், வருத்தமடையவும் செய்தது. அன்றிலிருந்து நான் அவர்களுடனான பேச்சையும், சகவாசத்தையும் முற்றிலுமாக நிறுத்திக் கொண்டேன். அவர்களும் அதைப் பெரிதாக எடுத்துக் கொள்ளவில்லை.

ஆகவே இன்று அம்மாவின் சாவுக்கு அவர்கள் யாரையும் நான் எதிர்பார்க்கவில்லை. அவர்கள் யாரும் இதுவரை வரவுமில்லை. ஒருவேளை பாடசாலைக்குப் போயிருப்பார்கள். பாடசாலை விட்ட பிறகு வரக் கூடும். சிலவேளை இந்தப் பெருமழையில் மலையேறி வர அவர்களது வீடுகளில் விடவும் மாட்டார்கள்.

பாட்டியின் மரணத்துக்கு இதை விடவும் சனக் கூட்டம் வந்து நிறைந்திருந்தது என்று சொன்னேன் இல்லையா?! பாட்டி சமைத்துப் போட்ட வீடுகளிலிருந்த ஆட்கள் எல்லோரும்போல அன்று வந்திருந்தார்கள். கிராமத்து மரண வீடுகளில் அப்படித்தான் இல்லையா?! வைபவமோ, துக்க காரியமோ கூப்பிடாமலே எல்லோரும் ஒன்று சேர்ந்து எல்லாக் காரியத்தையும் செய்து முடிப்பார்கள். அதனால் பாட்டியின் இறுதிக் கிரியைகளை எந்தக் குறையுமில்லாமல் சிறப்பாகச் செய்ய முடிந்தது.

அப்போது நான் சிறுபிள்ளை. பாரதூரம் தெரியாமல் அங்கிங்கென ஓடியாடி என் வயதொத்தவர்களுடன் விளையாடிக் கொண்டிருந்தேன். தனது அப்பாவிடம் அடி வாங்கும், கைகளிலும் கால்களிலும் இருபத்து நான்கு விரல்களைக் கொண்ட அந்த அக்காவைப் பற்றி முன்பே சொல்லியிருக்கிறேன், இல்லையா?! அவள்தான் என்னைத் தூக்கிக் கொண்டு போய் இறுதியாக பாட்டியின் முகத்தை அன்று எனக்குக் காட்டினாள். பாட்டியின் முகம் விஷம் பாவி நீலம் பாரித்திருந்தது. நாடியைத் தலையோடு சேர்த்து ஒரு வெள்ளைத் துணியால் இறுகக் கட்டியிருந்தார்கள். பாட்டியை அடையாளமே தெரியவேயில்லை.

இன்னும் சற்று நேரத்தில் அம்மாவையும் அப்படித்தான் வெள்ளைத் துணியால் சுற்றிக் கட்டி, உள்ளே கொண்டு வந்து இந்தக் கட்டிலில் கிடத்துவார்கள். அயல்வீட்டுப் பெண் கட்டிலில் படிந்திருக்கும் சேற்றை ஈரத் துணியால் துடைக்கிறாள். நான் எழுந்து வாசலுக்கு வருகிறேன்.

11

அம்மா எதையும் காய வைக்கும் முற்றம்தான் வாசலுக்கு வந்ததுமே கண்ணில் படுகிறது. தலைவாசலிலிருந்து பதினைந்து இருபதடி அகலத்துக்கு பரந்த முற்றம்தான் எமது வீட்டு முற்றம். அதில்தான் நல்ல வெயிலடிக்கும் நேரத்தில் அவித்த நெல்லையோ, மிளகாயையோ, ஈர மிளகுகளையோ, கொக்கோ விதைகளையோ இப்படி எதையாவது காய வைப்பார்கள்.

இவ்வாறு காய வைப்பது அம்மா மாத்திரமல்ல. அயல் வீடுகளைச் சேர்ந்தவர்களும், தமது வீடுகளில் பரந்த முற்றமில்லாதவர்களும் தமது பொருட்களைக்காயவைப்பதற்காகவேமூட்டைமூட்டையாகக்கட்டிஎடுத்துக் கொண்டு எமது வீட்டுக்கு வருவார்கள். முற்றத்தில் பாயை விரித்து அதில் தாம் கொண்டு வந்ததைக் கொட்டிக் காய வைப்பார்கள் அவர்கள்.

அம்மா வீட்டிலிருக்கும் நாளிலென்றால் அம்மாதான் அவற்றுக்குக் காவலிருப்பாள். காவலிருப்பதென்றால் திருடர்களிடமிருந்தல்ல. எதையும் தேவையென்று கேட்டால் எவரும் கொடுத்து விடுவார்கள் என்பதால்ஊரில்திருடர்களேஇருக்கவில்லை.காட்டிலிருந்துவரும்பறவைகள், விலங்குகளிடமிருந்துதான் அவற்றைக் காவல் காக்க வேண்டியிருந்தது.

வெளியே மழை இன்னும் பெய்து கொண்டிருக்கிறது. இப்படி மழை பெய்தால் அம்மாவுக்கான கல்லறையை எவ்வாறு, யார் தோண்டுவார்கள் என்ற யோசனையே எனக்கு வரவில்லை. பாட்டியை

அடக்கம் செய்த நாளிலென்றால் நல்ல வெயிலடித்தது. அதனால் பிரச்சினை எதுவும் இருக்கவில்லை.

பாட்டியின் மரணத்துக்குப் பிறகு சில நாட்களுக்கு அம்மாவுக்குத் துணையாக அந்த அக்கா வந்து எமது வீட்டில் தங்கியிருந்தாள். ஒரு நாள் அவளது அப்பா குடித்து விட்டு வந்து இதே வாசலில் நின்றுகொண்டு கத்திக் கூச்சலிட்டதில் அதுவும் நின்று போயிற்று.

பாட்டி செத்ததற்குப் பிறகு அம்மாவுக்கு எதுதான் ஆறுதலாக இருந்தது என்ற யோசனை வருகிறது. நிச்சயமாக நான் அவளை விட்டு படிப்படியாக விலக முன்பு அவள் மீது அன்பாகத்தான் நடந்து கொண்டிருக்கிறேன். அது அவளை சில காலம் ஆற்றுப்படுத்தியிருக்கக் கூடும். அதன் பிறகு?!

நான் அவளை விட்டு கொஞ்சம் கொஞ்சமாக விலக ஆரம்பித் ததற்குப் பிறகு அவள் அதை எவ்வாறு எதிர் கொண்டிருப்பாள்?! எவ்வளவு கவலையோடு உள்ளுக்குள் குமைந்திருப்பாள் அவள்?! யாராவது தன் மீது அன்பு காட்ட மாட்டார்களா என்று எவ்வளவு ஏங்கியிருப்பாள்?! யார் என்னதான் அன்பு காட்டினாலும் அது தன்னைப் பெற்ற தாய் தன் மீது செலுத்தும் அன்பைப் போல, தான் பெற்ற பிள்ளை தன் மீது செலுத்தும் அன்பைப் போல ஆகுமா என்ன?!

நான் அந்த அன்பை அவளுக்கு வழங்கத் தவறி விட்டேன். அதற்கு மிகப் பெரும் தண்டனையைத் தருவது போல அம்மா சட்டென்று என்னை விட்டுப் போய் விட்டாள். இனிமேல் வரப் போகும் தனித்த நாட்களும், இரவுகளில் சில்வண்டுகளும், தவளைகளும், ஆக்காட்டிக் குருவிகளும் கத்தும் சத்தம் இடைவிடாமல் அச்சுறுத்திக் கொண்டிருக்கப் போகும் இந்த வீட்டின் இராக் காலங்களும் எவ்வளவு பயங்கரமானவையாக இருக்கப் போகின்றன?!

முற்றத்தின் முடிவில் ஒரு சிறிய பாறை தென்படுகிறதல்லவா?! அதில் ஏறிப் பார்த்தால் கீழே பள்ளம் தெரியும். அம்மா வேலை விட்டு

அந்தப் பள்ளத்திலுள்ள ஒற்றையடிப் பாதைகளில் நடந்து மேலே ஏறி வருவது அந்தப் பாறையில் ஏறிப் பார்த்தால் தென்படும். எனது குழந்தைப் பருவத்தில் நான் அதில் ஏற முற்படும்போதெல்லாம் பாட்டி என்னைத் தூக்கி இடுப்பில் வைத்துக் கொண்டு அந்தப் பாறையில் ஏறி நின்றுகொண்டு அம்மா நடந்து வருவதை எனக்குக் காட்டியமை ஞாபகம் வருகிறது. உள்ளுணர்வால் தூண்டப்பட்டது போல அம்மா சட்டென்று மேலே பார்த்து எங்களைக் கண்டு கையசைப்பாள். அந்தக் கையசைப்பு மெல்ல மெல்ல மேலேறி வந்து எமக்கு இதம் தந்து மிருதுவாக எம்மைத் தீண்டும்.

அம்மா மரணித்ததற்குப் பிறகுதான் அவையெல்லாம் அழகிய இனிமையான காலங்களாக இப்போது நினைவுக்கு வருகின்றன.

அம்மா, ஒரு பூவைப் போல நான் தாங்க வேண்டியவளாகத் திகழ்ந்தாள். எனக்காகத்தானே எல்லாம் செய்தாள்?! அம்மாவின் சுறுசுறுப்பும், வேலைகள் அனைத்தையும் நேர்த்தியாகச் செய்யும் ஆற்றலும் என அவளது புகழ் அயல்கிராமங்களிலும் கூட பரவியிருந்தன. ஆகவே என்னதான் காது கேட்க, வாய் பேச முடியாதவளாக அவள் இருந்தபோதிலும் எனது அப்பா இறந்ததற்குப் பிறகு அவளைப் பெண்கேட்டு எத்தனை சம்பந்தங்கள் தேடி வந்தன?! அனைத்தையும் என்னை நன்றாக, பாசமாக வளர்த்தெடுக்கத்தானே அவள் நிராகரித்தாள்?!

தனக்குப் பிறகு தனது மகள் துணையின்றித் தவித்துப் போய் விடுவாளோ என்ற கவலையில் பாட்டிக்குக் கூட அவளை மறுமணம் செய்து கொடுக்கும் எண்ணமிருந்தது. அம்மாவோ வேண்டவே வேண்டாம் என்று பிடிவாதமாக நின்று உறுதியாக மறுத்து விட்டாள்.

அந்த மறுப்பிற்கு ஒரேயொரு காரணமாக நான் மாத்திரம்தானே இருந்திருக்க முடியும்?! தனது அம்மாவின் காலத்திற்குப் பிறகு தன்னைத் தனது பிள்ளை அன்பாகப் பார்த்துக் கொள்ளும் என்று அவள் எவ்வளவு உறுதியான நம்பிக்கையோடு இருந்திருப்பாள் என்றால் தனக்கொரு துணை தேவையில்லையென்று நிராகரித்திருப்பாள்?!

அந்த அவளது நம்பிக்கையை நான் பாதுகாத்திருக்க வேண்டாமா?! அவள் மீது முழுமையாக அன்பு வைத்து, அதை அவளிடம் காட்டியிருக்க வேண்டாமா?! ஏன் அதை என்னால் செய்ய முடியாமலாயிற்று?! ஏன் அவளைத் தள்ளி வைத்தது போல, ஒதுக்கித் தள்ளியது போல, நிராகரித்தது போல அவளிடமிருந்து விலகி நடந்துகொள்ள ஆரம்பித்தேன்?! வகுப்பாசிரியரும், பாடசாலை மாணவர்களும் அவளது உடல் குறைபாடுகளைக் குறி வைத்து என்னைக் கிண்டல் செய்ததால்தானே அவ்வாறு அவளிடம் நடந்துகொண்டேன்?!

எல்லாவற்றுக்கும் ஏதாவதொரு காரணத்தைத்தானே தேடுகிறது மனது?! அது எதில்தான் திருப்தியடைகிறது?! எதைப் புறந்தள்ளுவதென்றாலும் கூட அதை எதற்காகப் புறந்தள்ளுகிறோம் என்று மனது ஒரு கணமேனும் யோசித்துப் பார்க்கிறதுதானே?! என்றால் அம்மாவின் விடயத்தில் மாத்திரம் நான் ஏன் அவளது தரப்பிலிருந்து எதையுமே யோசித்துப் பார்க்கவேயில்லை?!

பாட்டியை இழந்ததும் அம்மாவும் இப்படித்தானே கவலையோடு யோசித்து யோசித்துத் துயருற்றிருப்பாள்?! ஒரு சிறு பிள்ளையை வைத்துக் கொண்டு இனிமேல் தனியாக என்ன செய்யப் போகிறோம் என்று ஒரு கணமேனும் யோசித்திருப்பாளா, இல்லையா?! தனது அம்மாவின் பேச்சைக் கேட்டு அந்தக் காலத்திலேயே மறுமணம் செய்து கொண்டிருக்கலாம் என்று அவளுக்கு ஒரு தடவையேனும் தோன்றியிருக்கும்தானே?!

அத்தனை யோசனைகளையும், அத்தனை கவலைகளையும் வெளியே யாரிடமும் சொல்ல முடியாமல் உள்ளுக்குள் அடக்கியடக்கி மனதுக்குள் எவ்வளவு குமைந்து வருத்தப்பட்டிருப்பாள் அம்மா?! அவை அத்தனையிலிருந்தும் ஒரேயடியாக சட்டென்று விடுதலை கிடைத்தது போல இன்று மரித்துக் கிடக்கிறாள் அவள்.

எம். ரிஷான் ஷெரீப்

12

அம்மாவிடம் மாத்திரமே எப்போதும் தனது கவலைகளைச் சொல்லி அழுது புலம்பும் அந்த அக்கா, இப்போதும் வீட்டினுள்ளே பெரும் ஓலமிட்டு அழுது புலம்புவது கேட்கிறது. அவளது திருமணத்தையும் கூட சில மாதங்களுக்கு முன்பு அம்மாதானே முன்னின்று நடத்தி வைத்தாள்?!

அவளது அப்பாவுடன் சேர்ந்து கள்ளுக் குடிக்கப் போகும் ஒருவன் அவளது வீட்டைச் சுற்றிச் சுற்றி வருவதை அம்மாதான் ஒரு நாள் கண்டு, அவளது அப்பாவின் எதிர்ப்பையும் மீறி வேறொரு நல்ல சம்பந்தத்தைப் பேசி அவளுக்கு மணமுடித்து வைத்தாள். அந்த மாப்பிள்ளை எமது பாடசாலையின் காவல்காரரின் மகன். நகரத்தில் வாகனத் திருத்தகமொன்றில் பணி புரிபவர்.

அம்மா மீது அந்த நன்றியும் அந்த அக்காவுக்குள் இருக்கும்தானே?! அவளால் கவலைகளைத் தாங்கிக் கொள்ள முடியாமல் சத்தமாக அழுது புலம்புகிறாள். நான் மாத்திரம் ஏன் அழாமலேயே இருக்கிறேன்?! அழுவதற்கு எது எனக்குத் தடையாக இருக்கிறது அல்லது எது என்னைத் தடுக்கிறது?!

நான் முன்பு கவனம் செலுத்தாத, அம்மாவுடனான சின்னச் சின்ன ஞாபகங்கள் பலவும் ஒன்றோடொன்று தொடர்பில்லாத யோசனைகளாக எனது மனதின் எல்லாத் திசைகளிலும் ஓடிக் கொண்டேயிருக்கின்றன. வியக்கத்தக்க விதத்தில், பால்ய காலம் முதல் நான் மறந்து விட்டதாகக் கருதியிருந்த பல விடயங்களும், நிகழ்வுகளும் இப்போது எனக்குத் தெளிவாக ஞாபகம் வருகின்றன.

13

அம்மாவும், நானும், பாட்டி இருந்த காலத்திலென்றால் அவளும் என மூவரும் இவ்வாறான அடைமழைக் காலத்தில் வீட்டுக்குள்ளேயே முடங்கிக் கிடப்போம். அடைமழைக் காலங்களில் இந்த மலைகள் மக்களுக்கு விளைவிக்கும் இயற்கை ஆபத்துகள் அநேகம். கோடை காலங்களிலும் பேராபத்துகள் இருக்கின்றனதான். அதைப் பற்றியும் சொல்கிறேன்.

அடைமழைக் காலங்களில் மழை நீரில் ஊறி மண் இலேசாகும்போது மண் சரிவோடு ஆங்காங்கே நின்றிருக்கும் உருண்டையான பெரும் பெரும் பாறைகள் அடிவாரம் நோக்கி உருண்டு வரும். மலையுச்சியிலிருந்து சேகரமாகி கீழ் நோக்கி வரும் மழை நீரானது, நீர்வீழ்ச்சிகள் போல ஆங்காங்கே பெருக்கெடுத்து அடிவாரம் நோக்கிப் பாயும். மழையோடு காற்றும் பலமாக வீசினால் காட்டிலும், தெருவோரமாகவும் இருக்கும் பெரிய பெரிய மரங்கள் உடைந்து விழும். அவ்வாறான இயற்கை அனர்த்தங்கள் நிறைந்த காலத்தில் பாடசாலைக்கு விடுமுறை விடுவார்கள்.

பாட்டி இருந்த காலத்திலென்றால் வீடு இந்தளவுக்கு ஒழுகுவதில்லை. கூரையிலிருந்து ஓரிடத்தில் தண்ணீர் சொட்டினாலே பாட்டி அதை அடைப்பதற்குத் தயாராகி எல்லா ஏற்பாடுகளையும்

உடனடியாகச் செய்து விடுவாள். கொஞ்சம் வெயிலடித்தால் போதும். தென்னோலைகளைச் சொருகி அந்த ஓட்டைகளை அடைத்து விட்டுத்தான் அடுத்த வேலையைப் பார்ப்பாள்.

இந்த மாதிரிக் காலங்களில் அம்மாவுக்கோ, பாட்டிக்கோ எங்கும் வேலைக்கும் போக முடியாது என்பதால், வீட்டிலேயே என்னுடன் முடங்கிக் கிடப்பார்கள். முடங்கிக் கிடப்பது என்றால் சும்மா வெறுமனே மழையை வெறித்துக் கொண்டிருப்பதல்ல. அப்போதும் அவர்களுக்கு வீட்டுக்குள் செய்வதற்கு நிறைய வேலைகள் இருந்தன. இல்லாவிட்டால், ஏதாவது வேலையை இழுத்துப் போட்டு செய்து கொண்டேயிருப்பார்கள்.

முற்றத்தின் ஓர் ஓரத்தில் ஒரு பாறை இருக்கிறது என்று சொன்னேன், இல்லையா?! அதனருகே ஒரு பெரிய பலா மரம் இருக்கிறது. அம்மாவும், பாட்டியும் வேலைக்குப் போகாத சந்தர்ப்பங்களில் அந்த மரம்தான் நாங்கள் பசியோடு இருக்காமல் பார்த்துக் கொண்டது.

அந்தப் பலா மரத்தில் காய்க்கும் காய்கள் அவ்வளவு பெரிதாக இருக்கும். அவை பழுத்தாலோ அந்தப் பழத்தின் வாசனை வெகு தூரத்துக்கு காற்றில் கலந்திருக்கும். பலத்த காற்றடித்தால் அந்த மரத்திலிருந்து விழும் காய்களும், பழங்களும், பிஞ்சுகளும்தான் அம்மாவையும், பாட்டியையும் வேலைகளில் மும்முரமாக்கும். அவர்கள் இருவரும் அவற்றைப் பொறுக்கிக் கொண்டு வந்து தோலையும், பிசினையும் நீக்கி தனித்தனி சுளைகளாகக் கழற்றியெடுத்து அயல் வீடுகளுக்கும் பங்கிட்டு விட்டு மீதியை சமைத்தெடுப்பார்கள். அத்தோடு புகையில் காய்ந்து கொண்டிருக்கும் வேட்டையிறைச்சியும் வீட்டில் இருக்கும். மழைக் குளிரில் கைக்குத்தரிசிச் சோறும், அந்தக் கறிகளும் அமிர்தமாக உள்ளே இறங்கும்.

எம். ரிஷான் ஷெரீப்

பாட்டி போனதற்குப் பிறகு அம்மாவும் இதையேதான் தொடர்ந்தாள். ஆண்டாண்டு காலமாக வரும் பெரு மழைகளும், பலத்த காற்றும் இந்த நடைமுறைகளில் பெரிதாக எவ்வித மாற்றங்களையும் ஏற்படுத்தவேயில்லை.

அடைமழைக் காலத்தில் குகைகளுக்குள் தஞ்சம் புகுந்திருக்கும் பெரிய விலங்குகளைத் தவிர சிறிய விலங்குகளும், விஷ ஜந்துக்களும் அடைக்கலம் தேடி காட்டோடு ஒட்டியிருக்கும் வீடுகளுக்குள் புகுந்து விடும். அவற்றிலிருந்து எம்மைப் பாதுகாத்துக் கொள்ள வாசற்கதவுகளை எப்போதும் மூடித்தான் வைத்திருப்போம். வாசற்கதவின் கீழால் தேள்களும், பாம்புகளும் வீட்டினுள்ளே புகுந்து விடும் என்று அம்மா எப்போதும் சணல் சாக்குத் துண்டுகளைக் கொண்டு அந்த இடைவெளிகளையும் கூட மறைத்தே வைத்திருப்பாள்.

இப்போதும் அந்த சாக்குத் துண்டுகள் இதோ இந்தக் கதவு மூலையில்தான் கிடக்கின்றன. ஆனால் எவ்வளவுதான் மறைத்தாலும் அம்மாவும், பாட்டியும் படுத்துக் கொள்ளும் பாய்களின் கீழே ஒன்றிரண்டு கருந்தேள்கள் இருந்ததை முன்பு அவர்கள் பாயைச் சுருட்டும்போது நான் கண்டிருக்கிறேன். ஆனால் அவை ஒருபோதும் அவர்களைத் தீண்டியதேயில்லை.

மழைக்காலங்களில் இந்த மலைக் கிராமங்களும், காட்டு விலங்குகளும் இவ்வாறாக பல விதமான ஆபத்துகளைத் தம் மீது திணிப்பதால் பலரும் இங்கிருந்து தொலைதூர நகரங்களுக்கு பிழைப்புத் தேடி தப்பியோடிக் கொண்டேயிருக்கிறார்கள். நகரத்துக் கட்டடங்களின் காவல் வேலைகள், கூலி வேலைகள், வீட்டுப் பணியாள் வேலைகள், துப்புரவாளர் பணிகள் போன்றவை அவ்வளவாகப் படித்திராத அவர்களுக்கு இலகுவாகக் கிடைத்து

விடுவதால் அவ்வாறு நகரங்களுக்குப் போனவர்கள் எவரும் பெரும்பாலும் தமது சொந்தக் கிராமங்களுக்குத் திரும்பி வருவதில்லை.

மலையடிவாரத்தில் நெடுஞ்சாலையோரமாக பேரூந்துத் தரிப்பிடத்தினருகே மூதாட்டியொருத்தி பெட்டிக் கடை வைத்திருக்கிறாள் என்று சொன்னேன், இல்லையா?! அவளின் மகன் கூட ஒரு காலத்தில் அப்படித்தான் ஊரிலிருந்து நகரத்துக்கு வேலை தேடிப் போனானாம். அதன் பிறகு அவனிடமிருந்து எந்தத் தகவல்களும் வரவேயில்லை. அன்றிலிருந்து அந்த மூதாட்டியும் எப்போதாவது அந்தப் பேரூந்துத் தரிப்பிடத்தில் வந்து நிற்கும் தொலை நகரப் பேரூந்துகளின் சாரதியிடமோ, நடத்துனரிடமோ தனது மகனது அங்க அடையாளங்களைச் சொல்லி மகனைக் குறித்து விசாரிப்பாள். பேரூந்துகளிலிருந்து இறங்குபவர்களை உற்று உற்றுப் பார்ப்பாள். தனது மகன் என்றைக்காவது ஊருக்குத் திரும்பி வருவான் என்று இன்று வரை மிகுந்த எதிர்பார்ப்போடு அவள் காத்திருக்கிறாள்.

தனக்கான நிம்மதியும், ஆறுதலும் தனது பிள்ளையிடம்தான் இருப்பதாக அந்த மூதாட்டி எவ்வளவு நம்பிக்கையோடு இருக்கிறாள்?! அந்த மூதாட்டியின் எதிர்பார்ப்பும், பரிதவிப்பும், நம்பிக்கையும் எனது அம்மாவின் மனதில் என்னைக் குறித்து இம்மியளவேனும் இருந்திருக்காதா என்ன?!

வேட்டைக்காரனின் மகளொருத்தியும் இப்படித்தான் தலைநகரத்துக்குப் போனாள். அவளாவது ஆண்டுக்கு ஒரு தடவையாவது தனது வீட்டுக்கு வந்து விட்டுப் போகிறாள். அங்கு ஒரு பெரிய நெசவாலையில் பணி புரிகிறாளாம்.

‘இப்படிப் பலரையும் இந்த மலைக்கிராமங்களை விட்டு விரட்டுவது எது? இந்த மலைகளும், அண்டியிருக்கும் காடுகளும் பெரும் பெரும் ஆபத்துக்களைக் கொண்டிருக்கின்றன என்று கூறினால் ஏன் இந்தப்

பெரியவர்கள் ஏற்றுக் கொள்ள மறுக்கிறார்கள்?' என்ற தலைப்பில் ஒரு நாள் எமது பாடசாலை விவாதப் போட்டியில் நாங்கள் வாதம் செய்திருக்கிறோம். மலைகளும், காடுகளும் தமக்கு ஆபத்தை விளைவிக்கும்போது, அந்த ஆபத்துகள் இந்தப் பழங்காலத்து மனிதர்களுக்கு கவலையைத் தராதா, குறைந்தபட்சம் சங்கடத்தையாவது ஏற்படுத்தாதா, அவர்களது மனசாட்சியை உறுத்தாதா என்றெல்லாம் வாதித்திருக்கிறோம். தமது பிள்ளைகளின் ஆறுதலுக்காகவாவது, இந்த ஆபத்துகளிலிருந்து விடுபடவாவது இங்கிருந்து தப்பித்துச் செல்ல பெரியவர்கள் எவரும் ஏன் முயல்வதேயில்லை என்றெல்லாம் கேள்விகளை எழுப்பியிருக்கிறோம். அவற்றின் சாத்தியப்பாடுகள் குறித்த கேள்விகள் பலவற்றையும் எதிரணியினரும் முன்வைத்தார்கள். பன்னெடுங்காலமாக, பரம்பரை பரம்பரையாகக் காடுகளிலும், மலைகளிலும் வசிப்பவர்களுக்கு ஆபத்துகள் வரும் முன்பே அதை முன்னெச்சரிக்கையாக அறிந்துகொள்ளும் திறன் இருப்பதாக ஒருத்தி கூறினாள்.

எனில் அம்மாவுக்கு வந்த இந்த ஆபத்து குறித்து ஏன் முன்னெச்சரிக்கையாக அவள் எதையும் உணரவில்லை?! அவளுக்கு முக்கியமான இரண்டு புலன்கள் இல்லை என்பதாலா?! அல்லது நடந்த இந்தத் துயரம் ஓர் இயற்கை ஆபத்து அல்லாமல் ஒரு விபத்து என்பதாலா?!

அன்றொரு நாள் அம்மா படுத்த பாய்க்குக் கீழேயிருந்த கருந்தேள் தீண்டியாவது படுக்கையிலேயே அவள் செத்துப் போயிருந்தால் கூட கிணற்றுக்குள் விழுந்தவளைக் காப்பாற்ற முடியாமல் போன குற்றவுணர்ச்சியோடு ஆர்ப்பரிக்கும் இந்த மனதை அன்று எப்படியாவது என்னால் சமாதானப்படுத்திக் கொள்ள முடிந்திருக்கலாம்.

14

அம்மாவைக் காப்பாற்ற முடியாமல் போன அதே குற்றவுணர்ச்சியோடு வாசலில் சாய்ந்து நின்றுகொண்டிருக்கும் எனது வலக்கரத்தை யாரோ மெதுவாகப் பற்றிக் கொள்கிறார்கள். நான் திரும்பிப் பார்க்கிறேன். மேல் மலையில் வசிக்கும் செவ்வாச்சி.

செவ்வாச்சிக்கு நூறு வயது கடந்திருக்கும். கூன் விழுந்து விட்டது. ஊன்றுகோல் இல்லாமல் அவளால் நடமாட முடியாது. சிவந்த அவளது தேகம் முழுவதும் தோல் வரிவரியாகச் சுருண்டிருக்கும். ஆளையே நான்காக மடித்து ஒரு ஓரடிப் பெட்டிக்குள் அடைத்து விடலாம் என்பதைப் போல அவளும் சுருங்கிச் சிறியதாகி தளர்ச்சி கண்டிருந்தாள். அவளது நாடியில் ஒரு கறுப்பு மரு இருக்கிறது. எனக்குத் தெரிந்த காலத்திலிருந்தே அதில் ஒற்றையாக நரைத்த மயிரொன்று எட்டிப் பார்த்துக் கொண்டிருக்கிறது.

செவ்வாச்சிக்குப் பற்கள் ஒன்று கூட இல்லை. புருவங்களும், கண்ணிமைகளும் கூட நரைத்து விட்டன. இருக்கும் கொஞ்சத் தலைமயிரையும் ஒன்றாகச் சேர்த்துச் சுருட்டி ஒரு சிறு கொண்டையாகக் கட்டியிருப்பாள். அது அவளது பின்னந்தலையில் ஒரு குளவிக் கூடு போல எப்போதும் அவிழாமல் இருக்கும். பற்களில்லாத, சுருக்கம் விழுந்திருக்கும் அவளது சிறிய முகமானது, அவள் எதற்காவது வாய்விட்டுச் சிரிக்கும்போது அத்தனை வசீகரமாக

இருக்கும். அவளது முகத்தில் சிரிப்பில்லாத நாளே கிடையாது. அந்தச் சிரிப்புத்தான் அவளை இவ்வளவு காலமும் ஜீவிக்க வைத்திருக்கிறதோ என்னவோ!

எமது வீட்டிலிருந்து அவளது வீட்டுக்கு காட்டு வழியே சற்று மேலே ஏறிப் போக வேண்டும். அவளுடையதுவும் கூரைக்குத் தென்னோலை வேய்ந்த, பழங்கால மண் வீடு. அவள் பிறந்த காலத்திலிருந்து வசித்து வரும் வீடு அது. நூற்றாண்டு காலத்துக்கும் மேலாக மழைக்கும், வெயிலுக்கும் ஈடுகொடுத்து அவளுடனே நிலைபெற்றிருக்கிறது அது.

செவ்வாச்சி பெற்றெடுத்த ஏழு ஆண்மக்களுமே செத்துப் போய் விட்டார்கள். நான்கு மகன்மார்கள் இளம் வயதிலேயே ஓரோர் நோயில் காலமாகி விட்டார்கள். ஏனைய மூவரும் திருமணம் முடித்த பிறகும் அதே வீட்டில்தான் வசித்தார்கள். இப்போது அவர்களும் காலமாகி, அவளது மருமகள்மாரும் காலமாகி, எனது அம்மாவுடன் கூலி வேலைக்குப் போய் வரும் அவளது ஒரே பேத்தியுடனும், அவளது பிள்ளைகளுடனும்தான் இப்போது ஆச்சி அங்கே வசித்து வருகிறாள். அந்தப் பேத்தியின் கணவனைத்தான் ஒரு நாள் நள்ளிரவில் நாட்டுக் கோழி வேட்டைக்கு வந்த கரும்புலி அடித்துக் கொன்றது.

இயலுமான காலத்தில் ஊரில் எல்லாப் பிரசவங்களுக்கும் பேறு பார்த்த செவ்வாச்சிக்கு ஊரில் எந்த மரண வீடென்றாலும் கேள்விப்படாமல் இருக்காது. எந்தக் காற்று அவளிடம் சேதி சொல்லுமோ?! இந்த வயதான காலத்திலும் எல்லா மரண வீடுகளுக்கும் ஊன்றுகோலை ஊன்றி ஊன்றி நடந்தே அவள் போய் விடுவாள். ஆச்சியின் கால் படாத வீடுகளே ஊரில் இல்லை.

மரண வீடுகளுக்கு வந்து செவ்வாச்சி உத்தரவிடுவதே அங்கு சட்டமாக இருக்கும். அதை யாருமே மீற மாட்டார்கள். இதுவரைக்கும் இந்த நூற்றாண்டு காலமாக அவள் எத்தனை ஆயிரம் பிறப்புகளையும்,

இறப்புகளையும் கண்டிருப்பாள்?! எல்லாப் பிறப்புகளும், மரணங்களும் அவளுக்கு என்னவெல்லாம் சொல்லியிருக்கும்?! தான் தொட்டுப் பிரசவம் பார்த்துக் கைகளில் ஏந்தியவர்களின் மரணங்களை அவள் எவ்வாறு எடுத்துக் கொள்கிறாள்?!

செவ்வாச்சி எனது கையைப் பற்றிக் கொண்டது எனக்கு மிகப் பெரும் ஆறுதலை அளிக்கிறது. அவள் எனது கரத்தை எடுத்து தனது கன்னத்தோடு சேர்த்து வைக்கிறாள். அவளது தாடை மருவும், அதிலிருக்கும் ஒற்றை மயிரும் எனது வலது உள்ளங்கையில் இடறுகிறது. அவளது கன்னம் மிகவும் குளிர்ச்சியாக இருக்கிறது. பெருங்கோடையில் ஓர் அருமந்த நிழல் கிடைத்தது போல, அந்தத் தொடுகை என்னைத் தேற்றுகிறது.

இந்த மழையிலும் பாடுபட்டு ஊன்றுகோலை ஊன்றி ஊன்றி அவள் பள்ளமிறங்கி வந்தது இவ்வாறு என்னைத் தேற்றுவதற்காகத்தானே?! மரண வீடுகளில், நாம் எதிர்பாராதவர்கள் வருகை தந்து இவ்வாறான ஆறுதலைத்தானே ஒரு கணத்துக்கேனும் தந்து விட்டுச் செல்கிறார்கள்?! அவர்களது வருகை இழப்பின் வலியைச் சுமந்திருப்பவர்களை எவ்வளவு இதமாகத் தேற்றுகிறது என்பதை அதை உணர்ந்தவர்களே அறிவார்கள், இல்லையா?!

குளிக்க வைத்து வெண்ணிறத் துணியில் சுற்றப்பட்டுக் கிடக்கும் அம்மாவிடம் என்னை மெதுமெதுவாக நடந்து அழைத்துப் போகிறாள் ஆச்சி. வாசலுக்கும், கூடத்தில் அம்மா கிடத்தப்பட்டிருக்கும் கயிற்றுக் கட்டிலிற்கும் இடையே ஐந்தாறு அடிகள்தான் தூரமிருக்கும். ஆனால் அந்த ஐந்தாறு அடிகளையும் நாங்கள் கடக்க வெகுநேரமெடுப்பது போல எனக்குத் தோன்றுகிறது. ஆச்சி என்னை அழைத்துப் போகிறாளா அல்லது நான் அவளை அழைத்துப் போகிறேனா என்பது விளங்காமல் நான் அவளது வேகத்திற்கேற்ப வழி நடத்தப்பட்டுக் கொண்டிருக்கிறேன்.

குளிக்க வைக்கப்பட்டுக் கிடத்தப்பட்டிருக்கும் அம்மாவின் முகம் திறந்து வைக்கப்பட்டிருக்கிறது. காலை வேளையில் சேறு மூடிப் படிந்திருந்த அவளது முகமும், தலைமுடியும் சுத்தமாகக் கழுவப்பட்டு பேரழகியாகத் தெரிகிறாள் அம்மா. நான் அம்மாவையே பார்த்துக் கொண்டிருக்கிறேன்.

நான் இவளுடன் எவ்வளவு அன்பாக நடந்து கொண்டிருக்க வேண்டும்?! இவளை எவ்வளவு பாசமாகத் தாங்கியிருக்க வேண்டும்?! வேறொன்றும் செய்திருக்கத் தேவையில்லை. இவளது அன்றாட வீட்டு வேலைகளிலாவது ஏதாவது உதவிகளைச் செய்திருக்க வேண்டுமா, இல்லையா?!

முற்றத்தின் மூலையிலிருக்கும் அந்தப் பாறையில் அமர்ந்து நான் புத்தகங்களை வாசித்துக் கொண்டிருக்கையில் மாட்டுக்கான தவிடு, புண்ணாக்கு மூட்டைகளை, புல்லுக்கட்டுகளை, அரிசி மூட்டையை தூக்க முடியாமல் தூக்கித் தலையில் வைத்துக் கொண்டு அவள் மலையேறுவதை எத்தனை தடவைகள் கண்டிருக்கிறேன். இறங்கி ஓடிப் போய் ஒரு கை கொடுத்து உதவியிருக்கலாம், இல்லையா?! ஏன் அவற்றையெல்லாம் செய்யத் தவறினேன்?!

ஊர்த் தலைவர் வந்து அடுத்தடுத்து செய்ய வேண்டிய காரியங்களைக் குறித்து செவ்வாச்சியுடன் கலந்துரையாடுவது கேட்கிறது. நான் திரும்பி ஊர்த் தலைவரைப் பார்க்கிறேன். பேசும்போது அவரது வெற்றிலைக் கறை படிந்த பற்கள் வெளியே தெரிகின்றன.

அழுதழுது ஓய்ந்து போயிருந்த அந்த அக்கா அம்மாவை அடக்கம் செய்வது குறித்த விடயம் காதில் விழுந்ததும் மீண்டும் அழ ஆரம்பிக்கிறாள். எங்கிருந்தோ கொண்டு வரப்பட்டிருந்த சந்தனத் திரிகள் கட்டிலினருகே கொளுத்தப்பட்டிருப்பதோடு, சாம்பிராணிப் புகையும் எங்கும் பரவி வாசனை பரப்பிக் கொண்டிருக்கிறது.

15

அம்மாவைக் கொன்ற மழை இப்போதுதான் விட்டிருக்கிறது. அம்மாவைப் பார்க்க இன்னுமின்னும் ஆட்கள் வருவதைக் காணக் கூடியதாக இருக்கிறது.

அயல்வீடுகளிலிருந்து ஒரு பெரிய பானையில் சாயத் தேநீரைத் தயாரித்து எடுத்து வந்திருக்கிறார்கள். அதனைக் கண்ணாடிக் குவளைகளில் ஊற்றி கருப்பட்டித் துண்டுகளோடு அங்கிருக்கும் பெண்கள் சிலர் வருபவர்கள் எல்லோருக்கும் பரிமாறுகிறார்கள்.

ஊர்த் தலைவர் ஒரு கண்ணாடிக் குவளையையும், கருப்பட்டித் துண்டையும் எடுத்து எனது கைகளில் திணிக்கிறார். மழைக் குளிருக்கு இதமான சூட்டோடு இருந்த அதை மறுப்பேதும் கூறாமல் வாங்கிக் கொள்கிறேன். அவர் எனது தலையைத் தடவிக் கொடுக்கிறார். அதுவரை எனக்கு பசியோ, தாகமோ உறைக்கவேயில்லை. காலையிலிருந்து நான் எதுவும் சாப்பிடவில்லை என்பது கூட நினைவுக்கு வரவேயில்லை. எதிர்பார்த்தேயிராத கணத்தில் அவர் அவற்றைக் கைகளில் தந்தபோதுதான் எதையாவது அருந்தினால்தான் சற்றுத் தெம்பாக இருக்கும் என்பதையே உணர்கிறேன்.

மரண வீடுகளில் நாங்கள் நினைத்தே பார்த்திராத எத்தனை எத்தனை அதிசயமான விடயங்கள்தான் நடந்தேறுகின்றன?! குடித்து

விட்டு அந்த அக்காவைப் போட்டு அடிக்கும் அவளது அப்பா, இன்று குடிக்காமலேயே வந்திருக்கிறார். எப்போதும் குடிபோதையில் திளைத்திருப்பவர் அவர். குடிக்காமல்தான் வந்திருக்கிறார் என்றாலும், கன்னங்களில் கண்ணீர் வழிய குடித்தது போல தள்ளாடிக் கொண்டிருக்கிறார். அந்தத் தள்ளாட்டமானது, தனது மகளை சொந்த அம்மாவைப் போலப் பார்த்துக் கொண்ட, அவளது சுப காரியங்களையெல்லாம் முன்னின்று நடத்திக் கொடுத்த எனது அம்மாவின் மரணம் தந்த கவலையாகவும் இருக்கலாம்.

சாயத் தேநீரில் இஞ்சியின் சுவை சற்றுக் கூடுதலாகத் தெரிகிறது என்றாலும், அது எனக்கு சற்றுத் தெம்பை அளிக்கிறது. அம்மா எப்போதாவதுதான் எனக்கு சாயத் தேநீரை ஊற்றித் தருவாள். எப்போதும் மாலையில் உரிய நேரத்தில் பால் தேநீர் ஊற்றி, குருனல் அரிசி வறுத்து இடித்துத் தேங்காயும், சர்க்கரையுமிட்டுப் பிடித்த உருண்டைகளோடு அவள் எனக்குத் தருவாள். பாட்டி இருந்த காலத்திலிருந்து இந்த வழக்கம் மாறவேயில்லை.

அம்மா மாலையில் வேலை விட்டு வந்ததுமே களைப்பைப் பாராமால் தேநீர் ஊற்றுவதை ஒரு சடங்கைச் செய்வது போல பக்குவமாகச் செய்ய ஆரம்பிப்பாள். எனது சிறு வயதில் அவள் பாலூற்றித் தேநீர் தயாரிப்பதை அருகிலிருந்து பார்த்துக் கொண்டேயிருப்பேன்.

முதலில் பாத்திரத்தில் தேவையான அளவு தண்ணீர் ஊற்றி அதில் தேயிலைத் தூளை இட்டுக் கொதிக்க வைப்பாள். அந்தத் தண்ணீர் கொதித்துக் கொண்டிருக்கும்போதே கொல்லைக்குப் போய் இஞ்சியையும், ஏலக்காயையும் பிடுங்கிக் கொண்டு வருவாள். இஞ்சியைத் தோல் சீவி சிறிய கல்லுரலில் போட்டு, அதனுடனே ஏலக்காய் விதைகளையும் இட்டு நன்றாக இடிப்பாள். தொடர்ந்து

அவற்றைக் கொதித்துக் கொண்டிருக்கும் தண்ணீரோடு இஞ்சிச் சாறு நன்றாகக் கலக்கும்வரை கிளறிக் கொண்டேயிருப்பாள் அவள். அந்தத் தண்ணீர் நல்ல கொதிநிலைக்கு வரும்போது வாசனைத் திரவியங்களோடு தேயிலை கொதிக்கும் வாசனை வீடு முழுவதும் பரவியிருக்கும். அதிலேயே வீட்டில் கறந்த பாலை அளந்து ஊற்றி, சர்க்கரை இட்டு மீண்டும் கொதிக்க விடுவாள்.

பாலாடை மிதக்க அவள் இவ்வாறு ஊற்றித் தரும் தேநீர் அத்தனை சுவையாக இருப்பதோடு மிகுந்த புத்துணர்ச்சியையும் தரும். முன்பெல்லாம் வீட்டுக்கு வரும் எனது வகுப்புத் தோழர்கள் அவள் ஊற்றித் தரும் தேநீரைக் குடித்து விட்டு, மறுநாள் முழுவதும் அந்தத் தேநீரைக் குறித்து சிலாகித்துப் பேசிக் கொண்டிருப்பார்கள். அவ்வாறு ஒரு தேநீர் இனிமேல் கிடைக்கவே கிடைக்காது. இன்று காலையில் அவள் ஊற்றித் தந்த பாலைக் குடித்ததற்குப் பிறகு இந்தச் சாயத் தேநீர் இப்போது எனது நாவை, நினைவுகளை மீண்டும் மீண்டும் வருடுகிறது. நான் வெளியே இறங்கி வீட்டைச் சுற்றிவர நடக்கிறேன்.

16

அம்மாவைப் பார்ப்பதற்காக அக்கம்பக்கத்தினரோடு, ஊரில் எப்போதோ அறிமுகமானவர்களும், எனக்குத் தெரியாதவர்கள் பலரும்கூட, இனிமேல் நான் மாத்திரம் இருக்கப் போகும் இந்த வீட்டுக்கு வந்துகொண்டேயிருக்கிறார்கள்.

மழை விட்ட பிறகு எல்லாம் விரைவாகவும், எளிதாகவும் நடந்துகொண்டிருப்பதாகத் தோன்றுகிறது. இயலுமானவர்கள் தாமாகவே முன்வந்து இறுதிச் சடங்குகளுக்கான வேலைகளை இழுத்துப் போட்டுக் கொண்டு செய்கிறார்கள். வீடு சிறியது என்பதால் வருபவர்களுக்கு நின்று கொள்வதற்காக முற்றத்தில் அவசரம் அவசரமாக நான்கு பாக்குமரத் தூண்களை நட்டு, அதில் தென்னோலை வேய்ந்து தொழுவம் போன்ற ஒன்று முற்றத்தில் அமைக்கப்பட்டுக் கொண்டிருக்கிறது.

இன்றைய தினம் பெருமழை பெய்த காரணத்தால் காலையில் மேய்ச்சலுக்கு அனுப்பப்படாதிருந்த மாட்டுக்கும், கன்றுக்குட்டிக்கும் யாரோ புல்கட்டொன்றை எடுத்துப் போட்டிருக்கிறார்கள். வீட்டோடு ஒட்டியிருக்கும் மாட்டுத் தொழுவத்துக்குள் இருக்கும் அவை அசைபோட்டவாறே என்னை நிமிர்ந்து பார்க்கின்றன. இந்தப் பசுவுக்கு அம்மாவைத்தான் மிகவும் பிடிக்கும் என்று எப்போதும் சொல்வாள்

பாட்டி. அம்மா கறந்தால்தான் கூடுதலாகப் பால் கறக்கும் என்பாள். இல்லாவிட்டால் பாலை மடிக்குள்ளேயே ஒளித்துக் கொள்ளுமாம்.

இதுவரை மூன்று கன்றுகளை ஈன்ற பசு இது. முதல் கன்று பிறந்த ஒரு மாதத்தில் செத்துப் போய்விட்டது. அப்போது அதற்குத் துள்ளிக் குதித்து விளையாடும் பருவம். எமது வீட்டுக் கொல்லையில் ஒரு சிற்றோடை ஓடுகிறது என்று சொன்னேன், இல்லையா?! அதில் தண்ணீர் செறிந்து வேகமாக ஓடிய ஒரு நாளில் அந்தக் கன்றுக்குட்டி துள்ளிக் கொண்டு ஓடிப் போய் அதில் விழுந்து பள்ளம் வரை அடிபட்டுப் போய் விட்டது. ஆங்காங்கே கூர் கூராய்க் கற்பாறைகள் நீட்டிக் கொண்டிருக்கும் அந்த ஓடையில் கற்பாறைகளுக்கு அடிபட்டுப்பட்டே செத்துப் போயிருந்த அதை ஓடையானது ஆற்றோடு சேருமிடத்தில்தான் கண்டெடுத்தோம். அன்று அதை வீட்டில் காணவில்லை என்று தேடினோம்தான். ஆனால் யாரும் அது ஓடைக்குள் விழுந்திருக்கும் என்று யோசித்திருக்கவேயில்லை. ஆற்றில் மீன் பிடித்துக் கொண்டிருந்த ஒருவர்தான் அதைக் கண்டு எமக்குத் தகவல் தெரிவித்தார்.

அன்றைக்குப் பிறகு சில நாட்களுக்கு பசு பால் கறக்கவே விடவில்லை. அதன் மடி வீங்கிப் பருத்து அதற்கு வருத்தத்தைக் கொடுத்துக் கொண்டிருப்பதைக் கண்டோம். யாரையுமே அது தன்னை நெருங்க விடவேயில்லை. அதனால் செத்துப் போன கன்றுக்குட்டியின் தோலுக்குள் வைக்கோலையும், கால்களுக்குத் தடிகளையும் பொருத்தி தாய் மாட்டின் முன்னால் நிற்கவைத்து பால் கறக்க முயற்சிக்குமாறு அயலில் சொல்லப்பட்ட யோசனையின் பிரகாரம் செய்து பார்த்தார்கள். அந்த முயற்சி வெற்றியளித்தது. அதுவும் இந்தத் தாய்ப் பசு எனது அம்மாவை மாத்திரமே தன்னை நெருங்கிப் பால் கறக்க அனுமதித்தது.

அதற்குப் பிறகு இரண்டாவதாகப் பிறந்த கன்றுக்குட்டியை நான், பாட்டி, அம்மா என நாங்கள் மூவரும் கண்ணுக்குக் கண்ணாக வைத்துப்

பார்த்துக் கொண்டோம். வெள்ளைத் தோலில் கறுப்புப் புள்ளிகளிட்ட தோற்றத்தைக் கொண்டிருந்த அதுவும் எல்லோருடைய ப்ரியத்துக்குரிய செல்லப் பிராணியாகவிருந்தது. அந்த அக்காவுக்கு அம்மாதான் முன்னின்று திருமணம் முடித்துக் கொடுத்தாள் என்று நான் முன்பு சொன்னேன் இல்லையா? அவளுக்குத் திருமணப் பரிசாக அம்மா அந்தக் கன்றுக்குட்டியைத்தான் அவளுக்குப் பரிசாகக் கொடுத்தாள். கொடுக்கும்போது அது நன்றாக வளர்ந்திருந்தது. இப்போது இன்னும் நன்றாக வளர்ந்திருக்கும்.

இப்போதிருக்கும் இந்தக் கன்றுக்குட்டியை மாடு சமீபத்தில்தான் ஈன்றது. இது பிறந்து ஒன்றிரண்டு மாதங்களே இருக்கும். நான் இவற்றின் அருகிலேயே வருவதில்லை. அம்மாதான் இவற்றுக்கான எல்லாப் பணிவிடைகளையும் செய்து அருகிலிருந்து பார்த்துக் கொண்டவள். மாட்டு வாடைக்கு இரவில் கரும்புலிகளும், ஓநாய்களும், காட்டுப் பூனைகளும், நரிகளும் தொழுவத்துக்கு வராமல் பார்த்துக் கொள்வது ஒன்றும் இலகுவான வேலையல்ல. அம்மாதான் மாடுகளுக்கு எவ்வித ஆபத்துகளும் நேராமல் சில இரவுகளில் இரவு முழுதும் விழித்திருந்தும் அவற்றைப் பார்த்துக் கொண்டாள். அவளது பராமரிப்பை இழந்து இனிமேல் இவையும் என்னைப் போலவே தவிக்கக் கூடும்.

பாலர் வகுப்பில் படிக்கும் சமயத்தில் பாடசாலையால் ஒரு தடவை எமது வகுப்பினரையும் வெகுதொலைவிலிருந்த தலைநகரத்துக்கு மிருகக்காட்சிசாலையைப் பார்க்க தனிப் பேரூந்து பிடித்துக் கூட்டிக் கொண்டு போயிருந்தார்கள். அங்குதான் நான் முதல் தடவையாக சிங்கத்தையும், குதிரையையும் கண்டேன்.

நான் வீட்டிற்கு வந்த பிறகு மிருகக்காட்சிசாலையில் நான் பார்த்த விலங்குகளைக் குறித்து அம்மா என்னிடம் சைகையில் கேட்டாள். அவை குறித்து அன்று எனக்கு அம்மாவிடம் விவரிக்கத்

தெரியவில்லை. இந்தக் காட்டிலுள்ள மிருகங்களையும், பறவைகளையும், ஊர்வனவைகளையும் தவிர்த்து, ஊர் ஆற்றிலுள்ள விலங்குகளையும், பிராணிகளையும் தவிர்த்து வேறெதையும் அவளுக்குத் தெரிந்திருக்காது.

பேச முடியுமான, காது கேட்கக் கூடிய பாட்டி கூட அவளது வாழ்நாளில் அவற்றைக் கண்டிருக்கவே மாட்டாள். பாட்டி குதிரைகளைக் கூட நேரில் கண்டதேயில்லையாம். அப்படியிருக்கும் போது அம்மா கேள்விப்பட்டேயிருக்காத விலங்குகள் குறித்து என்னால் எவ்வாறு அவளிடம் விளக்கமாகச் சொல்ல முடியும்?!

அந்த உண்மை அப்போதே எனக்குப் புரிந்திருந்தது என்றாலும், அந்த உண்மையும் கூட இன்று என்னை வதைக்கிறது.

அம்மாவும், பாட்டியும் கண்டேயிராத மற்றுமொன்றையும் நான் அன்று கண்டேன். அது கடல். ஆழப் பரந்த பெருஞ்சமுத்திரம். அம்மாவின் நைலோன் சேலையைப் போல பச்சையும், நீலமும் கலந்த மயில் கழுத்து நிறத்தில் அப்போது நான் பார்த்த கடலை அன்றுதான் எனது வாழ்நாளில் முதன்முதலாகக் கண்ட புளகாங்கிதத்தை இப்போது நினைத்தாலும் என்னால் உணர முடிகிறது. அதை எவ்வாறு அம்மாவிடம் விவரிக்க முடியும்?!

கடலைப் பற்றி எவ்வாறு விவரிக்க முடியாதோ, அதை வாழ்நாளில் முதன்முதலாகக் காணும்போது உள்ளுக்குள் எழும் உணர்வையும் வார்த்தைகளால் கூட சரியாக விவரிக்க முடியாதுதானே?! என்னதான் இருந்தாலும் ஒவ்வொருவரும் உணரும் கடல் வித்தியாசமாகத்தானே இருக்கும்?!

17

அம்மா மணல் அள்ளவும், நாங்கள் எல்லோரும் குளிக்கவும் போகும் ஆற்றுக்குச் செல்வதற்கான ஒற்றையடிப் பாதை ஓரமாக கருங்கல்லால் கட்டப்பட்ட ஒரு வீடு இருக்கிறது. அந்த வழியால் போய் வரும்போதெல்லாம் அந்த வீட்டுக்குள் நடைபெறும் சண்டை சச்சரவுகள் காதில் விழுந்துகொண்டேயிருக்கும். அந்த வீட்டில் வசிக்கும் கணவன், மனைவி ஆகிய இருவருமே எமது பாடசாலையில்தான் கற்பிக்கிறார்கள். என்றாலும் அவர்கள் இருவரும் பாடசாலையில் வைத்துக் கதைத்துக் கொள்வதை நாங்கள் ஒருவரும் கண்டதேயில்லை.

ஒரே வீட்டுக்குள் ஒருவருக்கொருவர் முற்றிலும் அறிமுகமில்லாத அந்நியர்கள் போல வசிப்பது எவ்வளவு பயங்கரமான விஷயம் என்று சமீபத்தில் கூட எமது வகுப்பறையில் சக மாணவர்கள் அவர்கள் இருவரையும் பற்றிப் பேசிக் கொண்டது எனது காதுகளிலும் விழுந்தது. அப்படித்தானே நானும், அம்மாவும் இருக்கிறோம் என்று எனக்கு அப்போது தோன்றியது என்றாலும், அதைத் திருத்திக் கொள்ள நான் முயலவேயில்லை.

அம்மாவுடன் பேசுவதை நானாகத்தான் படிப்படியாக நிறுத்திக் கொண்டேன். படித்து விட்டு, மலையேறி களைப்போடு வீட்டுக்கு

வரும் எனக்கு சைகை பாஷையில் உரையாடுவது சிரமமாக இருக்கக் கூடும் என்றுதான் அம்மா ஆரம்பத்தில் நினைத்திருப்பாள். அதனால் போகப் போக அவளும் என்னை எந்தத் தொந்தரவும் செய்ததில்லை. ஏதாவது தேவையென்றால் அருகில் வந்து தோளைத் தொட்டு சைகையில் கேட்பாள். படிப்படியாக அதுவும் நின்று போனது.

எப்படியிருந்தாலும் அம்மா என்னை அபரிமிதமாக நேசித்தாள். எனக்காக எல்லா உபத்திரவங்களையும், கவலைகளையும் சகித்துக் கொண்டாள். அப்படிப்பட்டவள் எனது வாழ்க்கையில் தொடர்ந்தும் இருக்க வேண்டியது அவசியம் என நான் உணரும்கட்டத்தில் விடைபெற்றுப் போய்விட்டமை எனது மனதை மிகவும் வருத்துகிறது.

நான் கொடுத்த அந்தக் கஷ்டங்களெல்லாம், மன வலிகளெல்லாம் தனக்குத் தகுதியானவை என்று அம்மாவுக்கு எப்போதேனும் தோன்றியிருக்குமோ?! அதனால்தான் அவள் அந்தக் கவலைகளை மனதார ஏற்றுக் கொண்டு அமைதியாக இருந்தாளோ?! அவ்வாறிருந்தால், இப்போது எனக்கேற்பட்டிருக்கும் இந்தக் கவலைக்கும், குற்றவுணர்ச்சிக்கும் தகுதியான பிள்ளைதானே நானும்?! அதை ஏன் என் மனம் ஏற்றுக் கொள்ள மறுக்கிறது?! ஏன் ஏற்றுக் கொள்ளத் தயங்குகிறது?!

நான் ஏன் அம்மாவை, என்னை ஈன்றெடுத்த அம்மாவாகப் பார்க்கவில்லை?! எந்தக் கணத்திலிருந்து அம்மா என் மனதிலிருந்து விலகினாள்?! அவளை ஊனமுற்றவளாக எனது சக மாணவர்கள் பார்க்கையில் நானும் ஏன் அதே கண்களால் அவளைப் பார்த்து அவளை ஓர் அவமானமாகக் கருதத் தொடங்கினேன்?! ஏன் அவளை வெறுப்போடு பார்க்கத் தலைப்பட்டேன்?! ஏன் அவளை ஓர் தொந்தரவாகக் கருதினேன்?!

உண்மையில் எனது வகுப்பு மாணவர்கள் அவளது ஊனத்தைக் குறையாகக் கருதி பட்டப் பெயர் சூட்டி விளித்து என்னைக் கேலிக்கும் கிண்டலுக்கும் ஆளாக்கியதில் அவர்களது பங்கை விடவும் அதிகமான பங்கு எனது வகுப்பாசிரியருக்கே இருந்தது. நான் எவ்வளவு நன்றாகப் படித்தும் அவர்தானே எதற்கெடுத்தாலும் என்னை எல்லோர் மத்தியிலும் அவளது ஊனத்தைக் குறிப்பிட்டு ஊமச்சியின் பிள்ளையே என விளித்து அவமானப்படுத்திக் கொண்டிருந்தார்?! அவள் செய்யும் வேலையைக் குறிப்பிட்டு மணல் மூட்டைக்காரியின் பிள்ளையே என்று என்னைக் கேலி கிண்டலுக்குள்ளாக்கிக் கொண்டிருந்தார்?! என்னை அவமதிப்பதன் மூலம் வகுப்பில் ஒரு நகைச்சுவை அலையைக் கிளப்பி மாணவர்களைக் கவர்ந்திழுப்பதுதான் அவரது நோக்கமாக இருந்திருக்கக் கூடும்.

எப்போது பார்த்தாலும் தமது வீட்டில் சண்டை போட்டுக் கொண்டேயிருக்கும் ஓர் ஆசிரியத் தம்பதி பற்றிச் சொன்னேன், இல்லையா?! அந்தக் கணவன்தான் எனது வகுப்பாசிரியர். வீட்டில் தனக்கிருக்கும் பிரச்சினைகளைத் தமது மாணவர்களைத் திட்டியும், தண்டித்தும் தீர்த்துக் கொள்ள முற்படும் பல்லாயிரக்கணக்கான ஆசிரியர்களின் பிரதிநிதிகளில் ஒருவர் அவர்.

வகுப்பாசிரியர் சொல்வதைக் கேட்டுச் சிரித்த சக மாணவர்களும் போகப் போக எந்தத் தயக்கமுமில்லாமல் எனது அம்மாவை அவர் குறிப்பிட்டதுபோலவே மோசமாகவும், கிண்டலாகவும் குறிப்பிடத் தொடங்கினார்கள். அப்படிப் பார்க்கும்போது மாணவர்களுக்கு எவ்வளவு மோசமான வழிகாட்டி அவர்?! கடைசியில் அவரால் எனக்கு என்ன ஆனது?!

தெருக்களில் அம்மாவை விட்டு விலகி நடக்கத் தொடங்கினேன். வீட்டிலும் அம்மாவை விட்டு விலகியிருக்கத் தொடங்கினேன். பெற்ற அம்மாவின் நிலைப்பாடு காரணமாக தொடர்ச்சியாக ஒரு பிள்ளை

அவமதிக்கப்படும்போது அந்த அம்மாவை விட்டு விலகியிருக்கத்தானே அந்தப் பால்ய வயதில் அந்தப் பிள்ளைக்கு மாத்திரமல்லாமல் எவருக்கும் தோன்றும்?!

எனக்கும் அதுதான் நடந்தது. அம்மா தூக்கிக் கொள்ளாமலே எப்போது மலைப்பாதைகளில் தடுக்கி விழாமல் என்னால் தனியாக நடக்க முடியும் என்று தோன்றியதோ, எப்போது மலைப்பாதைகளைக் குறுக்கறுத்த நீரோட்டங்களை என்னால் தாண்டிக் குதிக்க முடியும் என்பது தெரிய வந்ததோ அப்போதிலிருந்து நான் அவளிடமிருந்து விலகி நடக்க ஆரம்பித்ததற்கு அந்தக் கேலி கிண்டல்கள்தான் ஒரே காரணம்.

சிறுவயதில் அம்மாவுடன் எங்கு நான் சென்றாலும், அவள் என்ன வேலை செய்து கொண்டிருந்தாலும், அவளது சேலைத் தலைப்பையே பிடித்தலைந்து கொண்டிருப்பேன் நான். அதற்காக அவள் எப்போதாவது என்னைக் கண்டித்திருக்கிறாளா?! இல்லையே! எப்போதாவது செல்லமாக சலித்துக் கொண்டதல்லாமல் அவள் என்னைக் கோபித்துக் கொண்டதோ, கடிந்து கொண்டதோ கூட இல்லை.

புலிகள் மான்குட்டிகளை வேட்டையாடத் துரத்தும்போது அவற்றின் தாய் அருகிலிருந்தால் அது தன்னை வேண்டுமென்றே புலிகளுக்கு இரையாக்கி விட்டு, தனது குட்டிகள் தப்பியோடுவதை மகிழ்ச்சியோடு பார்த்துக் கொண்டிருக்கும் என்று பாட்டி சொல்லியிருக்கிறாள். மான்கள் மாத்திரமா? அவை போன்ற எத்தனை எத்தனை விலங்குகள் தம்மை எதிரிக்கு இரையாக்கி விட்டுத் தமது குட்டிகளைக் காத்துக் கொள்வதை இந்தக் காட்டுக்குள் எத்தனை தடவைகள் கண்டிருக்கிறோம்?!

எனது அம்மாவும் அந்தத் தாய்மானைப் போலத்தானே என்னை நன்றாகப் படிக்க வைத்து நல்ல நிலைமைக்குக் கொண்டு வரவென தான் ஈன்ற பிள்ளையின் புறக்கணிப்புகளை முழுவதுமாகத் தாங்கிக்

கொண்டிருந்தாள்?! அப்படிப்பட்டவள் என் சம்பந்தமான அத்தனை குமுறல்களையும், மனக் கவலைகளையும் வெளியே சொல்ல வழியில்லாமல் தனக்குள்ளே புதைத்துக் கொண்டு இதோ இன்று சடலமாகக் கிடக்கிறாள்.

இந்த வீட்டில் எத்தனை வறுமை நிலவிய போதிலும், எனக்குச் சாப்பிட எதுவும் இல்லாத நாள் என்ற ஒன்று ஒருபோதும் இருந்ததேயில்லை. பாடசாலைக்குப் போகும்போதே காலை உணவையும், மதிய உணவையும் தயாரித்துப் பொதி செய்து தந்து விடுவாள் அம்மா. இரவிலும் எனக்காகவென்றே சூடாகவும், சுவையாகவும் எதையாவது சமைத்துக் கொடுப்பாள். எப்போதும் நான் சாப்பிட்டு முடித்த பிறகே அவள் சாப்பிடுவாள்.

நான் பாலர் வகுப்பில் படித்த காலத்தில் பாடசாலையில் வீட்டு வேலைகளாகத் தரப்படும் வேலைகளை வீட்டுக்கு வந்ததிலிருந்து செய்து கொண்டிருப்பேன். இரவில் சிம்னி விளக்கின் ஒளியில் பாயில் அமர்ந்து கொண்டு மட்டப் பலகையில் வைத்த தாளில் எதற்காவது வர்ணம் தீட்டிக் கொண்டிருப்பேன். அம்மா அருகில் உட்கார்ந்து என்னையே பார்த்துக் கொண்டிருப்பாள்.

அப்போதெல்லாம் ஏதோவொரு பெருமிதம் அவளது வதனத்தில் நிரம்பி வழியும். எனது பிஞ்சு விரல்கள் வலிக்கிறதோ என்று கேட்பது போல அவற்றை இதமாகத் தடவிக் கொடுப்பாள். உனக்குப் பசிக்கிறது என்று தனது வயிற்றைத் தடவிக் காட்டுவாள். பின்னர் மெதுவாக எழுந்து சென்று எதையாவது தட்டில் போட்டு எடுத்துக் கொண்டு வந்து ஒவ்வொரு வாயாக மெதுவாக எனக்கு ஊட்டி விடுவாள். நான் கண்ணும் கருத்துமாக வர்ணம் தீட்டிக் கொண்டிருப்பேன்.

அந்தச் சிம்னி விளக்கின் ஒளியில் அம்மாவின் முகத்தில் தோன்றிய அதே பெருமிதம் கடைசி வரை அவளது முகத்தில் இருந்திருக்குமா?! எனது புறக்கணிப்புகளால் அந்தப் பெருமிதப் பேரொளி அவளை

விட்டு எப்போதோ நீங்கியிருக்கும், இல்லையா?! கடைசி வரைக்கும் அவளது முகத்தில் அந்தப் பெருமிதத்தை என்னால் காக்க முடிந்திருந்தால் எனக்குள் இவ்வளவு கவலையும், குற்றவுணர்ச்சியும் வந்திருக்காது என்று தோன்றுகிறது.

அம்மா என்னை விட்டுச் செல்வதால், அவளுடனான நினைவுகளோடு, இந்த ஊரோடுள்ள அவளது அனைத்து உறவுகளும் கூட என்னை விட்டும் விலகிச் செல்லப் போவதாக நான் உணர்கிறேன். இந்த விசித்திரமான உணர்வு மேலும் மேலும் குற்றவுணர்ச்சியையும், கவலையையும் எனக்குள்ளே விதைக்கிறது.

அம்மா காற்றுப் போல வாழ்ந்தவள். தன்னந் தனியாக இந்தக் காட்டினுள்ளும், ஆற்றிலும் அவள் உழைத்துப் போராடியபோது எதுவும் அவளது உழைப்பைத் தடுத்து நிறுத்தவேயில்லை. எதுவும் அவளை அச்சுறுத்தவுமில்லை.

உண்மையில் நன்றாகக் கூர்ந்து கவனித்தால் ஓசைகள்தானே எங்கும் எம்மை வலுவாக அச்சுறுத்துகின்றன?! பாட்டி கூட வானில் அதிகமாகவும், பலமாகவும் இடி இடிக்கும்போதும், முற்றத்தில் விலங்குகளின் உறுமல்கள் கேட்கும்போதும், நரிகள் ஊளையிடும் போதும் ஏன் ஆந்தை அலறும்போது கூட பயந்து வாய்க்குள் எதையோ முணுமுணுப்பதை நான் கண்டிருக்கிறேன்.

அம்மாவுக்கு அவை எதுவும் காதில் விழாததாலோ என்னவோ அவள் எதற்கும் பயந்து நடுங்கியதை நான் கண்டதேயில்லை. அந்த தைரியத்தை பிடிவாதமாக அவளே உருவாக்கிக் கொண்டிருக்கவும் கூடும். அந்த தைரியம்தான் யாருக்கும் கட்டுப்படாமல், யாரையும் அண்டிப் பிழைக்க வைக்காமல் அவளைத் தலைநிமிர்ந்து வாழ வைத்தது. அந்த தைரியத்தை என்னுடன் சேர்த்துக் கொண்டு நான்தான் இனிமேல் ஒரு பொக்கிஷம் போல அதைக் காக்க வேண்டும், இல்லையா?!

18

அம்மாவைப் பார்க்க வந்திருக்கும் ஒருவர் மாட்டுத் தொழுவம் வரைக்கும் என்னைத் தேடிக் கொண்டு வந்து எனது தோளைத் தொட்டு வருத்தம் தெரிவிக்கிறார். தூய வெண்ணிறத்தில் மேற்சட்டை அணிந்து, கருப்பு நிறத்தில் நீண்ட காற்சட்டையை அணிந்திருக்கிறார் அவர்.

அந்தக் காற்சட்டையின் கால் பகுதியிலும், அவர் அணிந்திருக்கும் கருப்பு நிற சப்பாத்துகளிலும் ஆங்காங்கே சேறு தெறித்துப் படிந்திருப்பதைக் காண்கிறேன். மெருகேற்றினால் பளபளப்பாக மின்னக் கூடிய விலையுயர்ந்த சப்பாத்துக்கள் அவை என்று தோன்றுகிறது. மெருகேற்றிக் கொண்டுதான் வந்திருப்பார். இந்தப் பெருமழையில் வழியெல்லாம் சகதியாகக் கிடக்கும்போது சேறுபடாமல் நடந்து வருவது எவ்வாறு என்றும் தோன்றுகிறது.

அவரை நான் இதற்கு முன்னர் கண்டதேயில்லை. இவ்வாறான ஆடையணிபவராக இருந்தால் அவர் ஏதோ பெரிய அதிகாரியாகத்தான் இருக்க வேண்டும். எமது பாடசாலை ஆசிரியர்கள் அனைவரையும் எனக்கு நன்றாகத் தெரியும். மலைப் பிரதேச பாடசாலை என்பதால் இருபதுக்கும் குறைவான ஆசிரியர்களே பாடசாலை முழுவதற்கும் இருக்கிறார்கள். அவர்கள் கூட இவ்வாறு ஆடையணிவதில்லை.

இப்போது வந்திருப்பவர் எனக்கு ஆறுதல் சொல்கிறார். அவர் யாரென்று கேட்க நான் தயங்கிக் கொண்டிருப்பதை உணர்ந்தோ என்னவோ, தான் நகரத்துத் தபால் நிலையத்தில் தபாலதிபராகப் பணிபுரிவதாக அவரே தன்னை அறிமுகப்படுத்திக் கொள்கிறார். கடந்த ஏழெட்டு வருடங்களாக எனது அம்மா என் பெயரில் தபாலகத்தில் மாதாமாதம் ஒரு தொகைப் பணத்தைச் சேமித்து வருவதாக அவர் என்னிடம் சொல்கிறார்.

அந்தத் தகவல் எனக்கு ஆச்சரியத்தை அளிக்கவில்லை. எனது கட்டிலின் கீழே அவளது தகரப் பெட்டியை வைத்திருக்கிறாள் என்று சொல்லியிருக்கிறேன், அல்லவா?! அதில் அந்த சேமிப்புக் குறிப்பேட்டைப் பத்திரமாக அவள் வைத்திருப்பதை நான் கண்டிருக்கிறேன். அதில் இதுவரைக்கும் அவள் எவ்வளவு சேமித்திருக்கிறாள் என்பது எனக்குத் தெரியவில்லை. எனக்கு பதினெட்டு வயதாகும்போது அந்தப் பணத்தை எனக்குத் தரலாம் என்று தபாலதிபர் கூறுகிறார்.

அது முழுவதும் அம்மாவின் பரிபூரண உழைப்பில் வந்த பணம். வியர்வை சிந்தி, முதுகொடிய, தீயில் வாடி, தேனீக்கள் கொட்டக் கொட்ட அவள் மிகவும் பாடுபட்டு, சதம் சதமாக உழைத்துச் சேமித்த பணம். மாதாமாதம் அவள் வெற்று போத்தல்களை வாங்கி வரவென்று நகரத்துக்குப் போகும்போது தபாலகத்துக்கும் போய் பணத்தைச் செலுத்தி வந்திருக்கிறாள்.

தபாலதிபர் கூறியதற்கு என்னால் எதுவும் பதில் பேச முடியவில்லை. நான் மௌனமாக இருக்கிறேன். அவர் எனது கைகளைப் பிடித்து அழுத்தி விடைபெற்றுச் செல்கிறார்.

நான் அந்த இடத்திலேயே சிலை போல நின்றுகொண்டிருக்கிறேன். எனக்கு அழுகை வரவில்லை. ஒரு துளிக் கண்ணீர் கூட எனது கண்களில்

இல்லை. முற்றத்திலிருக்கும் பப்பாளி மரத்தில் பழுத்த இலையொன்று சட்டென்று உதிர்ந்து விழுகிறது. நான் கீழே விழுந்த அந்த இலையையே பார்த்துக் கொண்டிருக்கிறேன்.

தபாலகத்தில் என் பெயரில் பணம் இருப்பது எனக்கு சற்று தைரியத்தைத் தருகிறது. எவ்வளவு இருக்கிறது என்று பின்னர்தான் தேடிப் பார்க்க வேண்டும். ஆனால் அந்தப் பணத்தைக் கொண்டு என்னால் உயர்தரப் படிப்பைப் பூர்த்தியாக்கலாம் என்ற நம்பிக்கை எனக்கு வருகிறது. அதன் பிறகும் நான் உழைத்துப் படிப்பேன் என்ற மன உறுதி எனக்குள் ஊற்றெடுக்கிறது.

அம்மா என்னைக் கை விடவில்லை. பேரூந்துத் தரிப்பிடத்தினருகே பெட்டிக் கடை வைத்திருக்கும் மூதாட்டியின் மகளைப் போலவோ, வேட்டைக்காரனின் மகளைப் போலவோ நான் பிழைப்புத் தேடி தொலைதூரத்திலிருக்கும் தலைநகரத்துக்கு ஓட வேண்டிய அவசியமில்லை.

சாதாரண தரப் பரீட்சையில் நன்றாகச் சித்தியடைந்து விட்டால், அருகாமை நகரத்திலிருக்கும் உயர்தர வகுப்புள்ள பாடசாலையில் இலகுவாகவும், இலவசமாகவும் சேர்ந்து விடலாம் என்ற நம்பிக்கை எனக்குள் அரும்புகிறது. அதே கணம் அம்மாவின் மரணத்துக்கு மத்தியில் நான் சுயநலமாக சிந்தித்துக் கொண்டிருக்கிறேனோ என்ற கோபமும் என் மீதே எனக்குள்ளே சட்டென்று எழுகிறது.

19

அம்மாவுடன் மாத்திரமல்லாமல், நான் நிறைய விடயங்களுக்குக் கோபப்பட்டிருக்கிறேன்தான். அயலில் எல்லோருக்கும் எனக்குக் கடுமையான கோபம் வரும் என்பது தெரியும். அது இந்தப் பதின்ம வயதுக்கேயுரிய முன்கோபம் என்றும் வளர வளர சரியாகி விடும் என்றும் அந்த அக்கா எனது அயல்வீட்டுப் பெண்ணிடம் ஒரு நாள் கூறிக் கொண்டிருந்ததை நான் எனது ஜன்னல் வழியே கேட்டிருக்கிறேன்.

அந்தச் சம்பவம் அம்மா வீட்டில் இல்லாத நேரத்தில் நடந்தது. வாசலருகே நான் கழுவிக் காய வைத்திருந்த எனது பாடசாலைச் சப்பாத்தை அயல் வீட்டு நாய் கவ்விக் கொண்டு ஓடியதைக் கண்டு கடுமையான கோபத்தோடு அதைத் திட்டியவாறே துரத்திக் கொண்டு ஓடினேன். நான் கல்லெடுத்து எறிந்ததில் அது சப்பாத்தைக் கீழே போட்டு விட்டது என்றாலும் அதன் வலது காலில் காயமேற்பட்டது.

அது வலியில், விடாமல் வெகுநேரம் கதறிக் கொண்டிருந்தது. அதன் சொந்தக்காரியான அயல்வீட்டுப் பெண் நான் அதற்குக் கல்லெடுத்து எறிந்ததை மாத்திரமே கண்டாள் என்பதால் அவளும் என் மீது கோபப்பட்டு ஈவிரக்கமில்லாத பிள்ளை என்று என்னைத் திட்டினாள். சபித்தாள். இத்தனைக்கும் எனது பால்ய வயதில் வீட்டில்

என்னைப் பார்த்துக் கொள்ள ஆளில்லாத நேரங்களில் அவள்தான் என்னைப் பத்திரமாகப் பார்த்துக் கொண்டவள்.

நான் உடனடியாக கோபத்தோடு வீட்டுக்குள் நுழைந்து கதவைச் சத்தமாக அடைத்துத் தாழிட்டுக் கொண்டேன். அப்போதுதான் அந்த வழியாக விறகு சேகரித்துக் கொண்டு நடந்து போன அந்த அக்கா, எனது அயல்வீட்டுப் பெண்ணின் கூச்சல் கேட்டு அங்கே வந்து எனது வயதுக்கேயுரிய கோபம் இது என்றும் எதையும் மனதில் வைத்துக் கொள்ள வேண்டாம் என்றும் சாபமிட வேண்டாம் என்றும் கூறி அந்தப் பெண்ணைச் சமாதானப்படுத்தினாள். வீட்டுக்குள்ளிருந்த எனக்கும் அது கேட்டது.

உண்மையில், வகுப்பறையில் நான் அவமானப்படுத்தப்படும் போதுதான் எனக்குக் கடுமையான கோபம் வரும். அந்தக் கோபத்தோடு கண்ணீரும் ஊற்றெடுக்கும். அவற்றைப் பெரும்பாடுபட்டு அடக்கிக் கொண்டு நாள்முழுதும் உள்ளுக்குள் குமைந்து கொண்டேயிருப்பேன் நான். போகப் போக அந்தக் கோபம் எனக்குப் பழகிப் போயிற்று.

ஒரு நாள் எமது வரலாற்றுப் பாட ஆசிரியை நம் அனைவருடைய முன்னோர்கள் குறித்தும் ஒரு விடயத்தைக் கற்றுத் தந்தார். நாட்டில் மன்னராட்சி நடந்த காலத்தில், ராஜாவோ, மந்திரியோ, அரசவையில் உயர் பதவி வகிப்பவர்களோ தெருவில் நடந்து வருவதைக் கண்டால் குடியானவர்கள் உடனே தோளிலிருக்கும் துண்டைக் கைகளில் எடுத்து இடுப்பில் கட்டிக் கொண்டு தெருவோரமாக இருக்கும் பள்ளத்தில் இறங்கி கை கட்டி, வாய்பொத்தி நிற்பார்களாம். பின் வந்த காலத்தில் பண்ணையார்கள் ஊருக்குள் வரும்போது அவர்களுக்குக் கதிரையைக் கொடுத்து விட்டு குடியானவர்கள் ஏதாவது மூலைகளில் கை கட்டி வாய்பொத்தி நிற்பார்களாம். அதன் பிறகுள்ள இந்தக்

காலத்திலும் அந்த நிலைமை மாறவில்லையாம். இப்போதும் எந்த அதிகாரிகள் தம் முன்னே வந்தாலும் ஜனங்கள் அவர்கள் முன்பு மூன்றாக, நான்காக மடிந்து கை கட்டி வாய்பொத்தி நிற்பதுதான் நடந்து கொண்டிருக்கிறது என்றார். அடிமை தேசங்களின் எல்லா மக்களுக்குள்ளும் இந்த அடிமைக் குணமானது இரத்தத்திலேயே ஊறியிருப்பதுதான் அதற்குக் காரணம் என்றார். இந்த அடிமைக் குணம்தான் தனக்கு அநீதியிழைக்கப்படும்போது அதற்கெதிராகக் கிளர்ந்தெழச் செய்யும் நியாயமான கோபத்தைக் கூட கட்டுப்படுத்திக் கொள்ளச் செய்கிறது என்றார். அன்று தொடக்கம் இன்று வரை அதுதான் நடந்து கொண்டிருக்கிறது என்றார்.

அவர் சொன்னது உண்மையாகவும் இருக்கலாம். குடியானவர்களுடைய அந்த இரத்தமே எனக்குள்ளும் ஓடுகிறது என்பதால்தானோ என்னவோ என்னால் நியாயமான கோபத்தையும் கூட கட்டுப்படுத்திக் கொள்ள முடிந்தது. அத்தோடு, ஒவ்வொரு நாளும் நான் கோபத்தைக் கட்டுப்படுத்திக் கொண்டது, வகுப்பறையில் எல்லோருமே எனக்கு எதிராக செயற்படும்போது நான் மாத்திரம் கோபப்பட்டுக் கொந்தளிப்பது என்னை மேலும் மேலும் கோமாளியாக ஆக்கிவிடும் என்பதனால்தானே?!

பாடசாலையில் வைத்து நான் கட்டுப்படுத்திக் கொண்டு எனக்குள்ளே குமைந்து கொண்டிருந்த அந்தக் கோபம்தான் வெவ்வேறுவிதமாக வடிவெடுத்து அம்மாவின் மீது அதைக் காண்பிக்கச் செய்தது. அவளை விட்டு விலகச் செய்தது. அவளை விட்டுத் தூரமாகி, விலகியிருக்க என்னை நிர்ப்பந்தித்தது.

எவ்வாறு வகுப்பாசிரியர் தனது வீட்டில் வைத்து உருவான கோபங்கள் அனைத்தையும் உள்ளுக்குள் குமைந்து குமைந்து அசைபோட்டு பாடசாலையில், வகுப்பறையில் என்னை ஒரு

வடிகாலாக்கித் தீர்த்துக் கொண்டாரோ, அவ்வாறு அவரால் உருவாகும் கோபங்களை நான் அம்மாவின் மீது காட்டித் தீர்த்துக் கொண்டேன். அது ஒரு சங்கிலித் தொடர்போல தொடர்ந்து கொண்டே இருந்தது.

என்னை, அம்மாவை விட்டும் தூரமாக்கிய அந்த வகுப்பாசிரியர் இப்போது இந்த மரண வீட்டுக்கு வந்தால் அவரை அம்மா விழுந்த அதே கிணற்றில் தள்ளி விட வேண்டும் என்ற கோபம் எனக்குள் உருவெடுக்கிறது. அவர் மீது எத்தனையோ ஆண்டுகளாக எனக்குள்ளே தேக்கி வைத்திருக்கும் வன்மமாகக் கூட இந்தக் கோபம் இருக்கலாம்.

இந்தக் காரியத்தை வெற்றிகரமாக நிறைவேற்றி விட்டால், அம்மா குறித்து எனக்குள்ளே தோன்றியிருக்கும் இந்தக் குற்றவுணர்ச்சியிலிருந்து என்னால் முழுமையாக மீண்டுவிட முடியுமாக இருக்கும் என்ற நம்பிக்கை என்னுள்ளே பிறக்கிறது. நான் அதற்குத் தயாராகவே இருக்கிறேன்.

20

அம்மாவின் இறுதிச் சடங்குகளுக்கான செலவை ஊரிலிருக்கும் நலன்புரிச் சங்கம் பார்த்துக் கொள்கிறது; ஆகவே அதைப் பற்றி யோசித்துக் கவலைப்படாதே என்று ஊர்த் தலைவர் என்னிடம் வந்து சொல்லி விட்டுப் போகிறார்.

இந்த மலைப்பிரதேசத்திலுள்ள எல்லாக் கிராமங்களிலும் இவ்வாறான ஒரு சங்கம் இருப்பது எவ்வளவு வசதியாக இருக்கிறது?! சங்கத்துக்கென மாதாமாதம் ஒவ்வொரு வீட்டிலிருந்தும் ஒரு சிறிய தொகையை அறவிடுவார்கள். ஊரில் ஏதாவது வீட்டில் மரணம் நிகழும்போது அவ்வாறு சேமித்த தொகையில் எல்லாச் சடங்குகளையும் அந்தச் சங்கத்து உறுப்பினர்களே முன்னின்று செய்து முடிப்பார்கள். மரண வீட்டுக்கு வருபவர்களுக்கான ஆகாரம், தங்குமிடம் முதற்கொண்டு அனைத்தையுமே அவர்கள்தான் பார்த்துக் கொள்வார்கள்.

அதனால் ஊருக்குள் இதுவரை மரண வீடுகளில் எந்தப் பிரச்சினையுமே வந்ததில்லை. ஒரு சுப காரியம் போல அனைத்தும் ஓர் ஒழுங்கமைப்போடு சீராகத்தான் நடந்தேறியிருக்கின்றன.

இவ்வாறான நிலைமையில் நான் ஏதேனும் சச்சரவை ஏற்படுத்தினால் அது எனது அம்மாவுக்குத்தான் அவப்பெயராக

அமையும் என்ற யோசனை எனக்குத் தாமதமாகத்தான் வருகிறது. வகுப்பாசிரியரை நான் தாக்கிக் கிணற்றில் தள்ளி விட்டால், ஒரே கணத்தில் அது ஊர் முழுதும் தெரிய வந்துவிடும். வகுப்பாசிரியர் அல்லாமல் நான்தான் பயங்கரக் கோபக்கார, கெட்ட முரட்டுப் பிள்ளை என்றும், அம்மா என்னை ஒழுங்காக வளர்க்கவில்லை என்றும் அம்மா மீது பழி சுமத்தப்பட நானே காரணமாகி விடுவேன், அல்லவா?!

என்றாலும் அவருக்கு ஏதாவது செய்ய வேண்டும் என்று எனது கைகள் துருதுருக்கின்றன. இந்தக் குற்றவுணர்ச்சியிலிருந்து மீள்வதற்கு அதுதான் ஒரே வழி. நான் அவரது வருகைக்காக ஆவலுடன் காத்திருக்க ஆரம்பித்திருக்கும் அதேவேளை அவருக்குத் தீங்கிழைப்பதற்கான அத்தனை விதமான சாத்தியக் கூறுகளையும் எனது மனம் ஆராய ஆரம்பிக்கிறது.

விழுந்த பப்பாளி இலையருகே கிடந்த பழைய நத்தையோடு ஒன்றுக்குள் தண்ணீர் நிரம்பியிருக்கிறது. நான் அதை உதைத்துத் தள்ளி விட்டு அந்தப் பப்பாளி மரத்தடியில் சிறிது நேரமே நின்றிருப்பேன். மரண வீட்டுக்கு வந்தவர்கள் வீட்டுக்கு வெளியே நின்றுகொண்டிருக்கும் என்னைத் தேடிக் கொண்டு வருவதைக் கண்டதும் நான் அவர்களை நோக்கி மெதுவாக நடக்கிறேன். முற்றத்தில் படுத்திருக்கும் அயல்வீட்டு நாய் என்னைக் கண்டு வாலையாட்டியபடியே முனகுகிறது.

தெரிந்த முகங்கள், அறிமுகமேயில்லாத முகங்கள் எனப் பல முகங்களை நான் ஒன்றாகக் காண்கிறேன். சிலர் ஆதரவாக எனது கையைப் பற்றிக் கொள்கிறார்கள். சிலர் ஆறுதலாக சில வார்த்தைகள் என்னிடம் கூறுகிறார்கள். சிலர் இவை எவற்றையுமே செய்யா விட்டாலும் கூட அவர்களது காருண்யமான பார்வையே மிகுந்த ஆதரவளிக்கும் விதமாகவும், ஆறுதலளிக்கும் விதமாகவும் இருக்கிறது.

பொதுவாக மரணம் நிகழ்ந்திருக்கும் வீடுகளின் மீது ஓர் அடர்த்தியான மௌனம் படர்ந்திருக்கும், இல்லையா?! தொலைவில் தெரியும் மலையுச்சிகளின் மீது கருமேகங்கள் மூடியிருப்பது போல தற்போது அது எனது வீட்டின் மீதும் படர்ந்திருப்பதை நான் உணர்கிறேன்.

அந்த மௌனத்தை எவராலும் கலைத்து விட முடியாது. காலம், அதன்பாட்டில் இந்த வீட்டைப் பழைய நிலைக்கு மாற்றினால் மாத்திரமே இதன் மீது படர்ந்திருக்கும் அந்தக் குரூரமான மௌனமானது பனி விலகுவதைப் போல அதுவாகவே மறையும். உலகெங்கிலுமிருக்கும் எத்தனையோ பாழடைந்த வீடுகளின் பின்னணியில் ஏதோவொரு மரணத்துக்குப் பின் வந்த அந்த மௌனம்தானே விசாலித்திருக்கிறது?!

வகுப்பாசிரியருக்கு எதிராக இன்று என் மனதில் கிளர்ந்திருக்கும் வன்மத்தை இங்கு யாருமே அறிய மாட்டார்கள் என்று தோன்றுகிறது. இதை விடவும் பன்மடங்கு வன்மத்தைத்தானே தினந்தோறும் அவர் வகுப்பறைக்குச் சுமந்து வருகிறார். தினந்தோறும் அவர் சுமந்து வரும் அத்தனை வன்மத்தையும் என் மீது சுமத்தி இன்பங்காண அவர் துணிகையில், அதற்குப் பழி வாங்க நான் துணிவதில் என்ன தவறிருக்கப் போகிறது?!

இன்று அவரைப் பழிவாங்குவதைக் கண்டு இந்த ஊர் என்னையோ, எனது அம்மாவையோ என்ன வேண்டுமானாலும் சொல்லட்டுமே! கடும் கோபக்காரப் பிள்ளையென்று என்னை முத்திரை குத்தட்டுமே! அதனால் என்ன ஆகிவிடப் போகிறது?! அவை எவற்றாலும் எனது அம்மாவை மீளக் கொண்டு வர முடியாதே என்றும் எனக்குத் தோன்றுகிறது.

நான் வீட்டுக்குள் நுழைகிறேன்.

21

அம்மா அப்படியே படுத்துக் கிடக்கிறாள். அவளைச் சுற்றிப் போர்த்தியிருக்கும் வெண்ணிறத் துணியில் முகம் மட்டும் காட்டியவாறு படுத்திருக்கும் அவள் ஒரு தேவதையைப் போல தெரிகிறாள். சந்தனத் திரியினதும், சாம்பிராணியினதும் வாசனை நாசியை நிரப்புகிறது.

என்னைக் கண்டதும் செவ்வாச்சி தனக்கு அருகிலிருந்த அயல்வீட்டுப் பெண்ணிடம் எனக்கு ஏதாவது சாப்பிடக் கொடுக்குமாறு கூறுவது கேட்கிறது. மதிய வேளை எப்போதோ கடந்து விட்டது அப்போதுதான் எனக்கே ஞாபகம் வருகிறது.

அம்மா சமைத்த அவளது இறுதி உணவு அடுக்களையில் அப்படியே கிடக்கும். அதை இனிமேல் யாருமே தீண்ட மாட்டார்கள். அந்த மரவள்ளிக் கிழங்குகளைத் தோல் சீவியபோது, அதைத் துண்டு துண்டாக வெட்டிய போது, அதை அவிப்பதற்காகத் தண்ணீரைக் கொதிக்க வைத்த போது, உப்பும், மஞ்சளுமிட்டு அதை அவித்த போது இதுதான் தனது கை தீண்டும், தான் தயாரிக்கும் இறுதியுணவு என்பது அவளுக்குத் தெரிந்திருக்குமா என்ன?!

அம்மா இன்றும் தன்பாட்டில் வழமையைப் போலவே அந்த வேலைகளையெல்லாம் சீராகச் செய்து கொண்டிருந்திருப்பாள்.

இடையிடையே வீட்டினுள்ளே மழைக்கு ஒழுகும் இடங்களில் பாத்திரங்களை வைத்துக் கொண்டும், நீர் நிரம்பியிருக்கும் பாத்திரங்களை வெளியே கொட்டியவாறும் எவ்வளவு சுறுசுறுப்பாக இயங்கிக் கொண்டிருந்திருப்பாள் அவள்?!

இனிமேல் அம்மாவை யாரெல்லாம் தேடுவார்கள்?! மணல் அள்ளும் இடத்தில் அவளது சுறுசுறுப்பைப் பற்றி சில காலம் சிலாகித்துப் பேசிக் கொள்வார்கள். பின்னர் அப்படியே மறந்து விடுவார்கள். அவளுடன் விறகு பொறுக்கப் போகும் பெண்கள் அவளது வேலை நேர்த்தியைப் பற்றி சில காலம் சிலாகித்துப் பேசிக் கொள்வார்கள். பின்னர் அப்படியே மறந்து விடுவார்கள். அவளிடம் தேனும், வெண்ணெய்யும் வாங்கி விற்கும் மூதாட்டி கூட அவளது தூய்மையான தயாரிப்புகள் பற்றி சில காலம் சிலாகித்துப் பேசுவாள். பின்னர் அப்படியே மறந்து விடுவாள். அந்தத் தபாலதிபருக்கெல்லாம் வேலைப் பளுவில் அவளைப் பற்றி நினைத்துப் பார்க்கக் கூட நேரமிருக்காது. நான்தான் அவரிடம் போய் என்னை ஞாபகப்படுத்திக் கொள்ள வேண்டியிருக்கும்.

யோசித்துப் பார்த்தால் எத்தனை சிறிய உலகம் அம்மாவுடையது?! எத்தனை சிறிய வட்டத்துக்குள் அவள் சுற்றிச் சுற்றி வாழ்ந்திருக்கிறாள்?!

உண்மையில் இந்த உலகத்தில் எவருக்குத்தான் சுற்றிச் சுழலப் பேருலகம் என்ற ஒன்று இருந்திருக்கிறது?! அனைவருமே தினமும் ஒரு மையத்தைப் பற்றிப் பிடித்துக் கொண்டு ஒரு சிறிய வட்டத்துக்குள்தான் சுழன்று கொண்டிருக்கிறோம், இல்லையா?!

நானும், அந்த அக்காவும்தான் இன்னும் வெகுகாலத்திற்கு அம்மாவை மனதில் சுமக்கப் போகிறோம் என்று தோன்றுகிறது. அதிலும் அம்மா எனது மனதில்தான் ஒரு நிரந்தரத் துயரமாகத் தங்கி விடுவாள்.

22

அம்மாவின் அருகில் அமர்ந்திருக்கும் அந்த அக்கா எழுந்து எனதருகில் வந்து எனது கையைப் பிடித்து அடுக்களைக்குக் கூட்டிக் கொண்டு போகிறாள். பழகிய பூனைக்குட்டி போல நான் அவளைத் தொடர்ந்து செல்கிறேன்.

யார் வீட்டிலோ சமைத்து எடுத்துக் கொண்டு வரப்பட்ட சிவப்பரிசிச் சோற்றையும், நெத்தலிக் குழம்பையும், ஈரப்பலாக் கறியையும் ஒரு தட்டில் இட்டு அவள் என்னிடம் தருகிறாள். எனக்கு எதையும் சாப்பிட மனம் ஒப்பவில்லை. பசிக்கவுமில்லை. நான் அந்தத் தட்டை அவளிடமே ஒப்படைக்கிறேன். அவள் தனது இடது புருவத்தை உயர்த்தி கேள்வியோடு என்னைப் பார்க்கிறாள்.

நான் கொல்லை வாசல் வழியாக வெளியே வருகிறேன்.

வீட்டுத் தோட்டத்தின் எல்லையிலிருக்கும் ஓடையில் தண்ணீர் பெருக்கெடுத்துப் பாய்ந்தோடும் ஓசை கேட்கிறது. நான் அங்கு நடப்பட்டிருக்கும் மரவள்ளிச் செடிகளினதும், வாழை மரங்களினதும் ஊடே மெதுவாக நடந்து ஓடையருகே வருகிறேன்.

கடும் மழை பெய்ததன் காரணமாக ஓடையில் சேற்றுத் தண்ணீர் பெருக்கெடுத்துப் பாய்ந்து கொண்டிருக்கிறது. எவ்வளவு பெரிய

ஆளும் இதில் விழுந்தால் ஆளை அடித்துக் கொண்டு போகும் என்பதுவும், உள்ளே நீட்டிக் கொண்டிருக்கும் பாறைகளில் மோதி படுகாயங்களுக்குள்ளாவார் என்பதுவும் விளங்கியது. வகுப்பாசிரியரைக் கிணற்றில் தள்ளாமல் இதில் தள்ளி விட்டால் என்ன?!

இன்று இந்த வீட்டுக்கு எப்படியும் அவர் வருவார். வந்தால் யாரும் அறியாமல் அவரை இங்கே கூட்டிக் கொண்டு வர வேண்டும், மரவள்ளியும், வாழையும் அடர்ந்திருப்பதால் இந்த இடத்திலிருந்து அவரை ஓடைக்குள் தள்ளி விட்டால் கூட யாருக்கும் தெரியாது என்றெல்லாம் மனதில் தோன்றவாரம்பிக்கிறது. எவ்வாறு அவரை இங்கு அழைத்து வரலாம் என்ற யோசனையும் கூடவே எழுகிறது.

பழகிய பேச்சுக் குரல்கள் தோட்டத்துக்குள்ளிருந்து கேட்கவாரம்பிக்கின்றன. எனது பெயரைச் சொல்லி அழைக்கிறார்கள். நான் பதிலேதும் பேசவில்லை. அந்த இடத்திலேயே மௌனமாக நின்றுகொண்டிருக்கிறேன்.

பட்டுப் போன சிறிய மரக் கட்டையொன்று ஓடை நீரில் மிதந்தவாறு வேகமாக அடிபட்டுச் செல்கிறது. அழகான நீல நிறத்தில் மீன்கொத்திப் பறவையொன்று மா மரத்தின் கிளைகளுக்கிடையே தாவித் தாவிப் பறப்பது தெரிகிறது. தலையைத் திருப்பிப் பார்த்தபோது கிழக்குப் பக்கமாக, கருமேகங்களுக்குக் குறுக்காக தெளிவற்ற வானவில்லொன்று பார்வையில் படுகிறது. அருகிலிருக்கும் மரங்களில் தேங்கியிருக்கும் மழைநீர் சொட்டுச் சொட்டாகக் கீழே விழுவது தென்படுகிறது.

குரலோசைகள் என்னை நெருங்கி நெருங்கி வருவதை நான் செவிமடுக்கிறேன். எனக்கு மிகவும் பரிச்சயமான அந்தக் குரல்கள் எனது பெயரைச் சொல்லி அழைத்தவாறு என்னைத் தேடுகின்றன.

அவை என்னை நோக்கித் தாவித் தாவி வருவதைக் கேட்காதது போல நான் நின்று கொண்டிருக்கிறேன்.

யாரோ எனது தோளைத் தொடுகிறார்கள். வழமையாக என்னைப் பரிகசிக்கவே எழும்பும் அந்தக் குரல்களில் காருண்யமும், அனுதாபமும் பொங்கி வழுவதை ஒரு நடிப்பாகவே நான் உணர்கிறேன். எத்தனை ஆதூரத்தோடு ஆறுதல்களை உதிர்க்கின்றன இந்தக் குரல்கள் இன்று?!

உனக்கு நாங்கள் எல்லோரும் இருக்கிறோம் என்று இன்று போலியாகத் தேற்றும் இதே குரல்கள்தானே தினமும் வகுப்பறையில் கேலி கிண்டல்களுக்குள்ளாக்கி என்னை அவமானப்படுத்திப் படுகுழிக்குள் தள்ளி என்னை உயிரோடு புதைக்கின்றவை?!

வகுப்பில் நான் எல்லாவற்றிலும் முதலாவதாக வருவதனால் இவர்களுக்குள் ஏற்படும் பொறாமை கூட அதற்குத் தூண்டுதலாக இருந்திருக்கலாம். என்றாலும் எனக்கு ஏன் இவர்கள் அவ்வாறு செய்ய வேண்டும்?! இப்போது எதற்காக எனக்கு இவ்வாறு ஆறுதல் சொல்ல வேண்டும்?!

இவர்கள் என்னை ஆற்றுப்படுத்தத் தேவையேயில்லை. இவர்களை நான் வெறுக்கிறேன். இவர்கள் எனது தோளைத் தொடுவதும், போலியான கவலையை முகங்களில் தேக்கி வைத்திருப்பதுவும் எனக்கு இவர்கள் மீது அறுவெறுப்பைத்தான் உண்டாக்குகிறது. இவர்களை இங்கிருந்து துரத்தி விட வேண்டும் என்றே எனக்குத் தோன்றுகிறது.

என்றாலும், நான் எதுவும் பேசாமல் மௌனமாக இருக்கிறேன். நான் அமைதியாக இருப்பதை விடவும், அழாமல் இருப்பதுவே இவர்களை மிகவும் ஆச்சரியப்படுத்தியிருக்கக் கூடும். அந்தத் திகைப்பு இவர்களது முகங்களில் தெரிகிறது. இவர்கள் வரும்போது நான்

ஒப்பாரி வைத்து அழுது கொண்டிருப்பேன் என்ற நினைப்போடு, அழாதே என்று ஆறுதல் கூறும் ஒரு நாடகத்தை அரங்கேற்றத் தயாராகவே இவர்கள் வந்திருப்பார்கள். அது பொய்த்துப் போனதில் உண்டான ஏமாற்றமும் இவர்களது முகங்களில் தெரிகிறது.

இவர்கள் ஏமாறட்டும்! எப்போதும் இவர்களது கேலி கிண்டல்களுக்கு உள்ளாகி, அவமானப்பட்டு மிகுந்த துயரத்தோடு மேசையில் தலை கவிழ்ந்து கவலையோடு இருப்பதைப் போல இப்போதும் நான் இருப்பேனென்று இவர்கள் நினைத்திருப் பார்களோ?! அப்படியானால் இவர்கள் நன்றாக ஏமாறட்டும்!

நான் இப்படியேதான் இறுக்கமாக இருக்கப் போகிறேன். எனக்கு அழவும் தேவையில்லை. இவர்கள் யாருடனும் பேசவும் தேவையில்லை. அழுவதாலோ, இவர்களோடு பேசுவதாலோ எனது அம்மா திரும்பி வரப் போவதேயில்லை.

இவர்களால் எனது மனதில் ஏற்பட்டுள்ள ஆழமான ரணங்களின் மீதுதான் அம்மாவின் இழப்பு எனும் பெரும் ரணமொன்றும் இப்போது படர்ந்து அடர்ந்திருக்கிறது. அதை அப்படியே காப்பதுதான் எனது மனதைக் கல்லாக்கிக் கொள்வதற்கான ஒரே வழியாக இருக்கும்.

நான் ஏன் இப்படியிருக்கிறேன் என்ற சந்தேகத்தோடு ஒருத்தி எனது நெற்றியில் தனது புறங்கையை வைத்துப் பார்க்கிறாள். அவளது காதுகளில் குத்தப்பட்டிருக்கும் கறிவேப்பிலைக் காம்புத் துண்டுகளையே நான் பார்த்துக் கொண்டிருக்கிறேன்.

அம்மாவின் காதுகளில் கூட எப்போதும் கறிவேப்பிலைக் காம்புத் துண்டுகள்தான் கிடக்கும். குழந்தைப் பருவத்தில் காதணிகளை இடுவதற்காகக் குத்தப்பட்ட அந்தக் காதுகளில் தொடர்ச்சியாகக் காதணிகளை அணியாவிட்டால் சதை வளர்ந்து துளைகளை

மூடிவிடும் என்பதால் கறிவேப்பிலைக் காம்புத் துண்டுகளை அவற்றில் குத்திக் கொள்வது கிராமங்களில் ஒரு வழமைதான்.

எனக்கு நினைவு தெரிந்த நாளிலிருந்து அம்மாவின் காதுகளில் கறிவேப்பிலைக் காம்புத் துண்டுகளே இருந்தன. தனது பிள்ளை வளர்ந்து தனக்குக் காதணிகளை வாங்கிக் கொடுக்கும் என்ற நம்பிக்கையோடு அவள் தனது காதுத் துளைகளில் சதை வளர்ந்து அடைத்து விடாமல் அந்தத் துண்டுகளையிட்டுப் பாதுகாத்திருக்கக் கூடும்.

அந்த அக்கா என்னைத் தேடிக் குரலெழுப்புவது கேட்கிறது. எனது வகுப்பு மாணவர்கள் எனது கைப்பிடித்துக் கூட்டிக் கொண்டு என்னை வீட்டுக்கு அழைத்து வருகிறார்கள்.

செவ்வாழை மரத்தடியில் அந்த அக்கா நின்று கொண்டிருக்கிறாள். அவளது தோளுக்கு நேர் மேலேயிருக்கும் வாழைப் பூவிலிருந்து நீர் தன் மீது சொட்டுவதைக் கூட அவள் உணரவில்லை.

அக்காவை நெருங்கியபோது எனது பாடசாலை ஆசிரியர்கள் வந்திருப்பதாகவும், என்னைக் காண விரும்புவதாகவும் கூறுகிறாள் அவள். அவ்வளவு நேரமும் எனக்குள் அடங்கியிருந்த தணல் மீண்டும் சட்டென்று கொழுந்து விட்டு எரிய ஆரம்பிக்கிறது.

நான் கையை உதறிவிட்டு கொல்லை வாசல் வழியாக வேகமாக வீட்டுக்குள் நுழைகிறேன்.

23

அம்மாவின் அருகில் நின்று கொண்டிருக்கும் வரலாற்றுப் பாட ஆசிரியை என்னைக் கண்டு ஆதரவாக எனது கையைப் பற்றிக் கொள்கிறார். அவர் எதுவுமே பேசவில்லை. வழமையாக அவர்தானே பண்டைய சரித்திரங்கள் குறித்தும், சமூக ஏற்றத் தாழ்வுகள் குறித்தும், முதலாளித்துவ வர்க்கத்தின் அநீதங்கள் குறித்தும் வாய் ஓயாமல் தெளிவாகப் பேசுபவர். இன்று அவர் எதுவுமே பேசவில்லை.

சில ஆசிரியர்கள் நான் தொடர்ந்து படிக்க வேண்டும் என்கிறார்கள். அந்த வார்த்தைகளில் மறைமுகமாக இனிமேல் நீ படிக்க மாட்டாய்தானே என்ற அர்த்தம் இருப்பது போல நான் உணர்கிறேன்.

ஆங்கிலப் பாட ஆசிரியரோ இனிமேல் உனக்கு ஏதாவது தேவையென்றால் எம்மிடம் கூறு, நாங்கள் நிறைவேற்றி வைக்கிறோம் என்கிறார். வகுப்பாசிரியரின் தொந்தரவுகளை ஒரு நாள் உங்களிடம்தானே கூறியழுதேன், அதற்கு ஏதாவது செய்தீர்களா? இல்லையே என்று நான் உள்ளுக்குள் குமுறுகிறேன்.

எல்லோரும் ஆங்கிலப் பாட ஆசிரியரின் கூற்றை ஆமோதிக்கிறார்கள். பின்னர் அவர்கள் அனைவருமே சிறிது நேரம் அமைதியாக இருக்கிறார்கள்.

உனக்கு வேறு யாருமேயில்லையா என்று திடீரென்று விஞ்ஞானப் பாட ஆசிரியை என்னிடம் கேட்கிறார். நான் எதுவும் பேசாமல் தலைகுனிகிறேன். அவர் நகரத்திலிருந்து தினமும் பாடசாலைக்கு வந்து செல்லும் சற்று வயதான பெண்மணி. அவரது கணவர் ஒரு மருத்துவர். நகரத்தில் மருந்தகமும் வைத்திருக்கிறார். அவர்களுக்குப் பிள்ளைகள் இல்லை. எதற்கும் கவலைப்படாதே, யாருமில்லை என்று தோன்றினால் வந்து எனது வீட்டில் தங்கியிருந்து படி என்கிறார் அந்த ஆசிரியை. அவரது குரலில் அன்பு நிறைந்திருக்கிறது. நிஜமான ஆதூரம் அதில் தெரிகிறது.

நான் எதையும் உணராதது போல மௌனமாக நின்று கொண்டிருக்கிறேன். எதையும் உணர்ந்து பதில் சொல்ல, நான் எனது தலைக்குள் ஓடிக் கொண்டிருப்பவை நிற்கும்வரை காத்திருக்க வேண்டும். அவர்களோ எனது பதிலுக்குக் காத்திருக்கவில்லை. நான் கவலையில் ஆழ்ந்திருப்பதால் பேசாமலிருக்கிறேன் என்று நினைத்திருப்பார்கள்.

நான் தொடர்ந்தும் மௌனமாகவே இருக்கிறேன். அதனை அவர்கள் நான் மிகுந்த கவலையோடு இருப்பதாக அர்த்தப்படுத்திக் கொண்டிருக்கக் கூடும். நான் பலியாட்டைக் காண்பதற்காகக் காத்திருக்கும் வேட்டை விலங்கு என்பதை அவர்கள் யாரும் அறிய மாட்டார்கள்.

இந்தக் கூட்டத்தில் பலியாடு எங்கேயிருக்கிறது என்று விழிகளால் தேடுகிறேன். அதைக் காணவில்லை. அதைக் காணாதது எனக்கு மிகுந்த ஏமாற்றத்தை அளிக்கிறது.

எனது வகுப்பாசிரியர் ஏன் வரவில்லை என்பதுவும், வரவே மாட்டாரோ என்பதுவும் மிகப் பெரும் ஐயங்களாக எனது மனதில் வலுப் பெறுகின்றன.

24

அம்மாவைப் பார்ப்பதற்காக எனது கணிதப் பாட ஆசிரியையும் இப்போது மரண வீட்டுக்கு வந்திருக்கிறார். அவர் எனது தலையைத் தடவி விடுகிறார். நான் தொடர்ந்தும் தலைகுனிந்தே இருக்கிறேன். இவரது கணவர்தான் எனது வகுப்பாசிரியர். இவரது கணவர் மீது நான் தீர்த்துக் கொள்ளப் போகும் வன்மம் இவரை எவ்வாறெல்லாம் பாதிக்கக் கூடும் என்ற சிந்தனை எனக்குள்ளே சட்டென்று எழுகிறது.

என்னிடம் மிகுந்த பாசத்தோடு இருக்கும் இந்த ஆசிரியைக்கு அவ்வளவு பெரிய மன வலியைத் தருவது சரியா?! தனது கணவருக்கு ஏதாவது அசம்பாவிதம் நேர்ந்தால் இவருக்கு அது நிஜமாகவே கவலையைத் தருமா? அதற்காக இவர் சந்தோஷப்படுவாரா? தனது கணவருக்குப் பொருத்தமான தண்டனைதான் கிடைத்திருக்கிறது என்று இவர் தன்னையே தேற்றிக் கொள்வாரா? போன்ற கேள்விகள் பலவும் எனக்குள்ளே ஓடுகின்றன.

'உலகத்திலிருக்கும் ஆண்கள் எல்லோருமே இப்படித்தான். தமது கை, கால்களால் பெண்களைத் தாக்காத ஆண்கள் கூட பெண்களை மோசமாகத் திட்டவோ, அவர்கள் மீது அவதூறு சொல்லவோ கிஞ்சித்தும் அஞ்சுவதில்லை; வெட்கப்படுவதுமில்லை. ஒரு பெண் வாழ்க்கையை வாழக் கஷ்டப்பட்டு அழுது புலம்பி

அவஸ்தைப்பட்டவாறு துயரத்தை அனுபவித்துக் கொண்டிருந்தால் மட்டுமே ஆண்கள் அவளை மதிப்பார்கள். தமது வாழ்க்கையை சந்தோஷமாகவும், நிறைவாகவும் அனுபவித்து வாழும் பெண்களைக் கண்டாலே ஆண்களுக்கு சர்வாங்கமும் பற்றிக் கொண்டு எரியும். அழகாக, நேர்த்தியாக உடுத்து, நேரத்துக்குச் சாப்பிட்டு தான் உழைக்கும் பணத்தில் தமது வாழ்க்கையை அனுபவித்து வாழும் பெண்களைக் கண்டாலே பெயரளவில் மாத்திரம் ஆண்களாக இருக்கும் பலருக்கும் அவ்வளவு வலிக்கும். பெண்களைப் பார்த்து பெண்கள்தான் பொறாமைப்படுகிறார்கள் என்ற செய்தியைப் பரப்பும் ஆண்கள் எல்லோருமே அந்தப் பெண்களின் வெற்றியைப் பார்த்து உள்ளுக்குள் குமுறிக் குமுறி தமது வயிற்றெரிச்சல் தாங்கவே முடியாத கணத்தில்தான் அவ்வாறு சொல்கிறார்கள். பிள்ளைகளே, நீங்கள் எல்லோரும் இதைப் புரிந்து கொள்ள வேண்டும். யாரையும் பார்த்துப் பொறாமைப்படக் கூடாது. குறிப்பாகப் பெண்களைப் பார்த்துப் பொறாமைப்படவே கூடாது. அவர்களுக்கு வழங்கப்படும் கல்விதான் அடுத்தடுத்த தலைமுறைகள் சிறந்து விளங்க வழிகாட்டியாக அமையும்' என்றெல்லாம் வகுப்பறையில் கணிதப் பாடத்தோடு தைரியமாக பெண்களுக்கு இசைவாகப் போதனைகளைச் செய்வார் இந்தக் கணிதப் பாட ஆசிரியை.

எனது வகுப்பாசிரியர் இவருக்கு மாத்திரம்தான் பயப்படுவார். எதையும் தைரியமாகவும் வெளிப்படையாகவும் முகத்துக்கு நேரே பேசுபவர் இவர் என்பதால், அவருக்கு இவர் மீது பயம் வந்திருக்கலாம்.

எல்லோரும் ஆற்றுக்குப் போகும் வழியில்தான் இவர்களது வீடு இருக்கிறது. அந்த வழியால் யார் போனாலும் அந்த வீட்டுக்குள் நடைபெறும் சண்டை சச்சரவுகளைத் தெருவிலிருந்தே கேட்கலாம். ஆகவே, தினந்தோறும் அந்த வீட்டில் என்னென்ன சண்டை, எதற்காகச் சண்டை போன்ற வம்புக் கதைகளெல்லாம் ஊருக்குள் இலகுவாகப் பரவி விடுபவையாக இருக்கின்றன.

சிறு வயதில் அந்த அக்காவை அவளது குடிகார அப்பா போதையில் போட்டு அடிப்பதையும், அவளை எனது அம்மா கூட்டிக் கொண்டு வந்து எமது வீட்டில் தங்க வைத்துத் தேற்றுவதையும் பற்றி முன்பே சொல்லியிருக்கிறேன், அல்லவா?! அவ்வாறு அந்த அக்கா வந்து தங்கியிருக்கும்போது பாட்டி அவளது தேகத்திலிருக்கும் காயங்களைப் பார்த்து வருந்தியவாறுதான் அந்த வீக்கங்களுக்கு மேலால் மூலிகை எண்ணெய்யை காட்டுச் சேவல் இறகால் தடவி விடுவாள்.

அந்த அக்கா அந்தக் காலகட்டத்தில் இந்த ஆசிரியத் தம்பதிகளின் வீட்டில்தான் தினந்தோறும் வீட்டு வேலைகளைச் செய்து வந்தாள். வீட்டைப் பராமரிப்பது, அவர்களது இரண்டு குழந்தைகளையும் பார்த்துக் கொள்வது, சமைப்பது, துணி துவைப்பது என்று தினமும் காலையில் போய் மாலையில் வரும் வேலைதான். அதற்காக தினமும் அவளுக்கு இரண்டு வேளை சாப்பாடும் கொடுத்து, மாதாமாதம் ஊதியமாக கொஞ்சம் பணமும் கொடுத்து வந்தார்கள் அவர்கள்.

அந்த அக்கா தொடர்ச்சியாக இரண்டு, மூன்று நாட்கள் வேலைக்கு வராததால் என்னவென்று விசாரித்தவாறு ஒரு நாள் இந்த ஆசிரியை அவளைப் பார்க்க எமது வீட்டுக்கே அவளைத் தேடி வந்து விட்டார். அதுதான் இவர் எமது வீட்டுக்கு வந்த முதல் தடவை என்றாலும், எனது பாட்டியையும், எனது அம்மாவையும் இவருக்கு முன்பே நல்ல பரிச்சயம் இருந்தது. கிராமப்புறங்களில் எல்லோருமே அப்படித்தானே?! எல்லோருக்கும், எல்லோரையும் தெரிந்துதானே இருக்கும்?!

அன்று இந்த ஆசிரியை வந்து அக்காவின் தேகத்திலுள்ள காயங்களைப் பார்த்து வருந்தியவாறே பாட்டியிடம் தனது வாழ்க்கையை முன்வைத்து பல விடயங்களைக் கூறிப் புலம்பிக் கொண்டிருந்தார்.

‘உண்மையைச் சொன்னால் ஏனைய நாடுகளில் சாதாரணமாகவே பெண்களுக்குச் சாதகமாக இருக்கக் கூடிய சட்டங்களில் நூற்றுக்கு ஒரு சதவீதமாவது இல்லாத ஒரு மோசமான நாடு இது. அந்த நாடுகளில் திருமணம் முடித்தால் அதன் பிறகு அந்தத் தம்பதிகள் சம்பாதிக்கும் பணம் அந்த இரண்டு பேருக்குமே சொந்தமாகும். ஆனால் இங்கேயோ கணவனுக்கு மட்டும்தான் மனைவி சம்பாதிக்கும் பணமும் சொந்தம். எல்லாமும் சொந்தம். மனைவியும், கணவனைப் போலவே இன்னுமின்னும் படித்து வேலையில் முன்னேறவும் பார்க்க வேண்டும், பணமும் சம்பாதித்துக் கொட்ட வேண்டும், வீட்டில் குழந்தைகளையும் பார்த்துக் கொள்ள வேண்டும், வீட்டையும் ஒழுங்காகப் பராமரிக்க வேண்டும். கணவனோ எதையும் செய்யாமல் சொகுசாக அமர்ந்திருப்பான். இவ்வளவும் செய்தும், இருவருக்குமிடையில் ஏதாவது பிரச்சினை வந்து பெரிதாகி விவாகரத்து செய்து கொள்கிறார்கள் என்று வைத்துக் கொள்வோம். அப்போதும் அவ்வளவு காலமும் தன்னுடைய சம்பாத்தியத்தையெல்லாம் அவனிடம் கொடுத்ததற்கும், அவ்வளவு காலமும் வீட்டில் வேலை செய்து பாடுபட்டதற்கும் பிரதிபலனாக அந்த மனைவிக்கு எதுவுமே கிடைக்காது. அவளுடைய கையிலும் எதுவும் மிச்சமிருக்காது. வேலைக்குப் போகாத பெண் என்றால் கூட தனது மனதுக்குப் பிடித்த வேலைக்குப் போகக் கூடிய வயதில் கணவனுக்கு சமைத்துப் போட்டு, துணி துவைத்து, அவனுக்கே சேவகம் செய்தவாறு ஓர் அடிமையைப் போல இருந்து விட்டு, பின்னொரு காலத்தில் அவன் விவாகரத்து செய்து விட்டான் என்றாலும் அவ்வளவு காலமும் அவள் பணிவிடை செய்ததற்கெல்லாம் அவளுக்கு எதுவுமே கிடைக்காது. கணவனுடைய தவறான நடத்தைகளின் காரணமாக மனைவி விவாகரத்துக் கோரி அது கிடைத்தது என்றாலும் மனைவிக்கு சின்ன சம்பளத்திலாவது ஏதாவது உத்தியோகம் இருக்கும் என்றால் கணவனுடைய தாபரிப்புப் பணம் கூட அவளுக்குக் கிடைக்காது. அதனால் இவ்வாறான

கணவன்மாரைப் பிரியும்போது மனைவிமார்கள் தாம் திருமணம் முடித்த காலத்திலிருந்து அவனுக்காகவே பணிவிடையெல்லாம் செய்து கொண்டிருந்ததை ஈடுகட்டுவதற்காக அவனைக் கழுத்தில் பிடித்து இழுத்துக் கொண்டு வந்தாவது சமையலறையில் கட்டிப் போட்டு பலவந்தமாக வேலை வாங்க வேண்டும். எல்லாவற்றிலும் ஒரு நீதி, நியாயம் இருக்கத்தானே வேண்டும்? இவற்றையெல்லாம் ஒழுங்காக நிலை நாட்ட வேண்டும் என்றால் பாராளுமன்றத்துக்கு நிறையப் பெண்களை அனுப்ப வேண்டும். மற்ற நாடுகளில் எல்லாம் திருமணத்துக்குப் பிறகு கணவன் சம்பாதித்தாலும், மனைவி சம்பாதித்தாலும் அவர்கள் இருவரும் தாம் சம்பாதிப்பதையும், எல்லா வேலைகளையும் இரண்டாகப் பிரித்து பகிர்ந்து கொள்வார்கள். ஐயோ எனக்கு சமைக்கத் தெரியாதே, அடடா எனக்கு குழந்தையைப் பார்த்துக் கொள்ளத் தெரியாதே என்றெல்லாம் அங்கெல்லாம் கணவன்மார் சாட்டு சொல்லிக் கொஞ்சிக் கொண்டிருக்க முடியாது. இதுதான் உன்னுடைய குடும்பம். நீ இதையெல்லாம் செய்துதான் ஆக வேண்டும் என்று மனைவி உறுதியாகச் சொல்லி விடுவாள்.'

இவ்வாறெல்லாம் இந்த ஆசிரியை அன்று பாட்டியிடம் சொல்லிப் புலம்புவதை நானும் அருகிலிருந்து கேட்டுக் கொண்டிருந்தேன். அந்த அக்காவும், நானும் அருகிலிருப்பதைக் கொஞ்சமும் பொருட்படுத்தாமல் இவர் பேசிக் கொண்டேயிருந்தார். இவர் அன்று கூறியவை எவையும் பெரிதாக அப்போது புரியாவிட்டாலும் கூட அவர் கூறியதிலும் ஏதோ அர்த்தம் இருக்கிறது என்பது நான் வளர வளரத்தான் புரிகிறது.

இவர் புலம்புகிறார் என்று நான் கருதிய இவரது தீர்க்கமான வார்த்தைகளை பாட்டி அன்று எப்படி எடுத்துக் கொண்டாளோ?! அவளுக்கு அவை எப்படிப் புரிந்திருக்குமோ?! அவளுக்குத் தெரிந்த காலத்திலிருந்து ஊரில் எல்லோருமே ஆண், பெண் பேதம் பாராமல்

சரிக்குச் சமமாக தோளோடு தோள் நின்று உழைத்துக் கொண்டிருந்தார்கள். வீட்டு வேலைகளையும், சமையலையும் கூட ஆண்களும் செய்தார்கள். அவ்வாறான காலத்தில் வாழ்ந்து பழகியவளுக்கு இந்த ஆசிரியையின் கூற்றுகள் வியப்பை அளித்திருக்கக் கூடும்.

அவர் இவ்வாறானதோர் நிலைப்பாட்டோடு தனது வாழ்க்கையை அணுகுவதால்தானோ என்னவோ அவரது வீட்டில் கணவருக்கும், மனைவிக்குமிடையிலான பிரச்சினைகள் முடிவேயற்று நீண்டு கொண்டிருக்கின்றன என்று இந்த ஆசிரியை போன பிறகு பாட்டி எம்மிடம் சொன்னாள். ஒவ்வொரு வாழ்வியலுக்கும் அவற்றுக்கே என்று ஓர் அமைப்பு இருப்பதாகவும், ஒரு குடும்பத்தில் அதன் அத்திவாரம் ஆட்டம் காணத் தொடங்கினால் மொத்தக் கட்டமைப்புமே சிதைந்து விடும் என்றும் அவள் அன்று தனது மொழியில், தனது பாங்கில் ஒரு கதை போலச் சொன்னாள். அவளுக்கு அப்படித்தான் எதையும் சொல்லத் தெரியும். எல்லா இடத்துக்கும் எல்லா விடயங்களும் ஒன்றுபோலவே அமைந்திருக்காது என்றும், அமைவதற்கேற்ப கணவன், மனைவி ஒருவருக்கொருவர் விட்டுக் கொடுத்து அன்பாக நடந்து கொண்டால் மாத்திரம்தான் குடும்ப வாழ்க்கை நன்றாக அமையும் என்றும் அப்போது அக்காவின் கூந்தலில் எண்ணெய் தேய்த்து சீவி விட்டவாறே சொன்னாள்.

அவர்களது வீட்டுக்குள் புத்தகங்களும், பத்திரிகைகளும் நிறைய இருப்பதுவும், நாள் தவறாமல் ஆசிரியை அவற்றை வாசிப்பதுவும்தான் அவர்களுக்கிடையே இவ்வளவு பிரச்சினைகள் வரக் காரணமாக இருக்கும் என்று அந்த அக்கா கூறினாள். அவள் படித்தவளில்லை என்பதால் அவளுக்கு இந்த ஆசிரியையின் தொடர்ச்சியான வாசிப்பும், அந்தக் கருத்துகளும் மிகுந்த ஆச்சரியத்தைத் தந்திருக்கக் கூடும் என்பதை என்னால் உணர முடிகிறது.

பிற்காலத்தில் இந்தக் கணித ஆசிரியைதான் எமது பாடசாலையில் ஒரு சிறிய நூலகத்தைத் தொடங்கினார். தான் வாசித்து முடித்த பத்திரிகைகளையும், புத்தகங்களையும் அதிபரின் அனுமதியோடு பாடசாலையில் புளிய மரத்தடியில் இருந்த ஒரு சிறிய கட்டடத்தில் கொண்டு வந்து வைத்து இவரே ஓய்வு நேரத்தில் நூலகர் போலக் கடமையாற்றி மாணவர்களிடையே நூல்களைப் பற்றி விவரித்து, வாசிக்கக் கொடுத்தார். அந்த வாசிப்புப் பழக்கம்தான் என்னையும் தொற்றிக் கொண்டது.

நான் தலையை உயர்த்தி சுவரிலிருந்த காலண்டரை வெறித்துப் பார்க்கிறேன். காலண்டரின் பின்னால் பல்லியொன்றின் வால் எட்டிப் பார்த்துக் கொண்டிருக்கிறது. நான் காலண்டர் காட்டிக் கொண்டிருக்கும் இன்றைய தினத்தை வெறித்துப் பார்க்கிறேன். இன்றைய தினம் எனது வாழ்க்கையை முழுமையாகப் புரட்டிப் போட்டுள்ள, இனிமேல் எனது வாழ்நாளில் என்னால் மறக்கவே முடியாத ஒரு நாள் என்பது புரிகிறது.

பாடசாலையிலிருந்து வந்தவர்கள் மெதுவாக விடைபெற்றுச் செல்ல ஆரம்பிக்கிறார்கள். ஏனைய ஆசிரியர்கள் முன்னால் நகர்ந்ததும் கணிதப் பாட ஆசிரியை என்னை மீண்டும் நெருங்குகிறார். எனது கையைப் பிடித்து இப்போதைக்கு செலவுக்கு வைத்துக் கொள் என்று கூறி எனது உள்ளங்கையில் கொஞ்சம் பணத்தை வைத்து அழுத்துகிறார். நான் பணத்தை வாங்கிக் கொள்ள மறுத்து அவரிடம் திரும்பக் கொடுக்க நீட்டுகிறேன். அவர் தலையசைத்து மறுத்தவாறே அடுத்த கிழமை தவறாமல் பாடசாலைக்கு வந்து விடு என்று உத்தரவிட்டு விட்டு அவ்விடத்திலிருந்து நகர்கிறார்.

நான் அவரையே பார்த்துக் கொண்டிருக்கிறேன். அவரது கணவர் ஏன் இன்னும் வரவில்லை என்ற சிந்தனைதான் இப்போதும் எனது மனதுக்குள் ஓடுகிறது.

25

அம்மாவின் அருகில் புகைந்து கொண்டிருக்கும் சாம்பிராணித் தட்டில் சிறிது சாம்பிராணியை இடுகிறேன். அது நறுமணத்தைப் பரப்பியவாறே மேலும் புகைகிறது. நான் தலைவாசலுக்கு வருகிறேன். இடுகாட்டு வேலைகளைப் பார்ப்பவன் முற்றத்தின் ஓர் ஓரமாக நின்றுகொண்டிருப்பது தெரிகிறது.

இடுகாடு எமது பாடசாலை மைதானத்துக்கு அடுத்ததாகத்தான் அமைந்திருக்கிறது. இந்த ஊர்களில் மரிப்பவர்களை அதில்தான் கொண்டு போய் அடக்கம் செய்து விட்டு வருவார்கள்.

சடலத்தைப் புதைப்பதற்கு வாகான இடத்தைத் தெரிவு செய்வது, குழி தோண்டுவது, இடுகாட்டை காடு களையின்றி துப்புரவாக வைத்துக் கொள்வது போன்ற இன்னோரன்ன வேலைகளை இவனது தந்தைதான் முன்னர் செய்து வந்தார். அப்போதெல்லாம் இந்தப் பையன் அவருக்கு உதவியாக எதையாவது செய்து கொண்டிருப்பான்.

எமது விளையாட்டுப் பாட நேரத்தின் போது இந்தப் பையன் வேலியோரமாக நின்றுகொண்டு பிள்ளைகள் விளையாடுவதை ஏக்கமாகப் பார்த்துக் கொண்டிருப்பதை நான் கண்டிருக்கிறேன். கடந்த ஒரு வருட காலத்துக்கும் மேலாக இவனது அப்பா ஏதோ நோய்வாய்ப்பட்டு படுத்த படுக்கையாகக் கிடக்கிறாராம் என்று

கேள்விப்பட்டிருந்தேன். ஆகவே அவருக்குப் பதிலாக இவன் இன்று இங்கு வந்து நின்று கொண்டிருப்பது எனக்கு ஆச்சரியத்தைத் தரவில்லை.

யாரோ ஒரு சிறுமி அவனுக்கு சாயத் தேநீரையும் கருப்பட்டியையும் கொண்டு போய்க் கொடுக்கிறார்கள். முழங்கால் வரை நீளத்தில், காவிப் பச்சை நிறத்தில் ஒரு குட்டைக் காற்சட்டையை மாத்திரம் அணிந்திருக்கும் அவன், தனது தோளிலிருக்கும் கபில நிறப் பருத்தித் துண்டை ஏந்தி சூடான சாயத் தேநீர் நிரம்பிய கண்ணாடிக் குவளையை வாங்கிக் கொள்கிறான். அந்தக் காற்சட்டையிலும், அவனது மெலிந்த கறுப்பு தேகத்திலும் ஈரச் செம்மண் சேறு படிந்து காய்ந்திருப்பது தெளிவாகத் தெரிகிறது.

கையை அசைத்து நான் அவனை வீட்டினுள்ளே அழைக்கிறேன். அவன் வந்து வாசலருகே நின்றுகொண்டே இடுகாட்டில் எல்லாம் தயாராகி விட்டது என்கிறான். இந்த ஒரு வார்த்தையைச் சொல்வதற்காக அவன் இவ்வளவு தூரம் நடந்து மலையேறி வந்திருக்கிறான். அதுவும் தன்னந்தனியாக இடுகாட்டில் எல்லா வேலைகளையும் செய்து முடித்துவிட்டு அதே களைப்போடு தகவல் சொல்ல வந்திருக்கிறான்.

இடுகாட்டு வேலைகளைப் பார்ப்பதால் அவனோடும், முன்பு அவனது அப்பாவோடும் தெருவில் நேருக்கு நேர் கண்டால் கூட ஊரில் யாரும் அவர்களோடு முகம் கொடுத்துப் பேச மாட்டார்கள். ஏதோ இடுகாட்டில் புதைக்கப்படும் சடலங்களை அவர்கள்தான் கொன்றது போலவும், அவர்கள் இருப்பதால்தான் ஊரில் ஆட்கள் செத்துப் போய்க் கொண்டிருக்கிறார்கள் என்பது போலவும் அவர்களை ஒதுக்கி வைத்துத்தான் நடந்து கொள்வார்கள்.

ஊரில் நடைபெறும் சுப காரியங்கள் எவற்றுக்கும் அவர்களுக்கு அழைப்பு விடுப்பதேயில்லை. மரணம் நிகழ்ந்திருக்கும் வீடுகள்

என்றாலும் கூட அவர்களுக்கு வீட்டினுள்ளே வர அனுமதியில்லை. ஊரில் மிகுந்த வறுமையில் இருப்பவர்கள் கூட அவர்கள் மீதான இதே அணுகுமுறையைத்தான் பின்பற்றுகிறார்கள். அவர்களும் இதை நன்கு உணர்ந்து அதற்கேற்பத்தான் தொடர்ந்தும் பக்குவமாக நடந்து வருகிறார்கள். எங்களுக்கு அவமானமாகத் தெரியும் பலவும் அவர்களுக்கு அவ்வாறு தெரிவதில்லை என்று தோன்றுகிறது.

சவக் குழிகளைத் தோண்டுவதும். உறவினர்கள் சடலத்தைக் குழியில் வைத்த பிறகு மண்ணிட்டு மூடுவதுவும்தான் அவர்களது வேலை என்றாலும் அந்த வேலைகளைச் செய்ய அவர்களும் இல்லையென்றால் நம்மால் மரண வீட்டில் இப்படி நிம்மதியாக இருக்க முடியுமா என்று யாரும் சிந்தித்துப் பார்ப்பதேயில்லை என்று தோன்றுகிறது. உண்மையில் இந்த உலகத்தை விட்டு கௌரவமாக இறுதி மரியாதையோடு வழியனுப்பி வைக்கும் அவர்களைத்தான் நாங்கள் கொண்டாட வேண்டும், இல்லையா?!

தோட்டத்தில் சுற்றியலைந்து கொண்டிருந்த எனது சக வகுப்பு மாணவர்கள் மீண்டும் என்னை வந்து சூழ்ந்து கொள்கிறார்கள். அவர்கள் தோட்டத்தில் காய்த்திருந்த கொக்கோப் பழங்களைப் பறித்துச் சாப்பிட்டிருப்பது அவர்களது பற்களில் படிந்திருக்கும் கறைகளின் வழியே தெரிகிறது. என்னமோ பேரிழப்பை அவர்கள்தான் சந்தித்திருப்பது போல முகங்களை மிகவும் சோகமாக வைத்துக் கொண்டிருக்கிறார்கள். என்னவொரு அருமையான நடிப்பை அவர்கள் வெளிப்படுத்திக் கொண்டிருக்கிறார்கள் என்றே அது எனக்குத் தோன்றுகிறது.

வெளியே நின்றுகொண்டிருக்கும் இடுகாட்டுக்காரனை வீட்டினுள்ளே வருமாறு நான் மீண்டும் அழைக்கிறேன். சக மாணவர்கள் எல்லோரும் என்னைத் திகைப்போடு ஏறிட்டுப் பார்க்கிறார்கள். அவனோ செவ்வாச்சியைக் கூப்பிடச் சொல்கிறான்.

மாணவியொருத்தி ஓடிப் போய் விடயத்தைச் சொல்லி செவ்வாச்சியை அழைத்து வருகிறாள். செவ்வாச்சியிடம் அவன் இடுகாட்டு வேலைகள் எல்லாம் முடிந்து விட்டதையும், சடலத்தைக் கொண்டு வரப் போகும் நேரத்தை அறியத் தருமாறும் கூறுகிறான்.

செவ்வாச்சிக்கு அவனைக் கண்டதுமே விடயம் புரிந்துவிட்டது. அவள் கைத்தடியை ஊன்றியவாறே வாசற்படியிலிறங்கி சற்றுத் தொலைவாக ஏதோ செய்துகொண்டிருந்த சங்கத்து உறுப்பினர் ஒருவரை அழைத்து அவருடன் கலந்தாலோசிக்கிறாள். பின்னர் இடுகாட்டுக்காரனிடம் திரும்பி அந்திவேளையில் ஒரு நேரத்தைத் தெரிவிக்கிறாள். தொடர்ந்து அவனிடம் சாப்பிட்டியா பிள்ளையே என்று விசாரிக்கிறாள்.

பின்னர் அவனது பதிலுக்குக் கூட காத்திராமல் அவனைக் கொஞ்சம் காத்திருக்கச் சொல்லி விட்டு கைத்தடியை ஊன்றியூன்றி உள்ளே வரும் அவள் யாரிடமோ சொல்லி வாழையிலையில் இரண்டு, மூன்று பேருக்குப் போதுமான அளவு சோற்றையும், கறிகளையும் இட்டுப் பொதிந்து எடுத்துக் கொண்டு வெளியே காத்திருக்கும் அவனிடம் மீண்டும் வருகிறாள்.

அவள் கொடுப்பதைத் தோளிலிருக்கும் துண்டை விரித்து வாங்கிக் கொள்பவன் என்னைப் பார்த்துத் தலையசைத்து விடைபெற்றுச் செல்கிறான். அயல் வீட்டு நாய் வாலை ஆட்டியவாறே அவனின் பின்னால் போவது தெரிகிறது. அவன் நாயுடன் எதையோ பேசியவாறு தொடர்ந்து வேகமாக நடக்கிறான்.

செவ்வாச்சி, சங்கத்து ஆட்களை அருகே அழைத்து ஏதேதோ உத்தரவுகளை இடுவதுவும், அவர்கள் அதற்கு அமைதியாக செவிமடுத்துக் கொண்டிருப்பதுவும் தென்படுகிறது. நான் வாசலில் நின்றுகொண்டு வெளியே பார்த்துக் கொண்டிருக்கிறேன். ஆட்கள் வருவதும், போவதுமாக இருக்கிறார்கள்.

26

அம்மாவின் மரணத்தின் சத்தம் பேரொலியாகக் காதுக்குள் ஒலித்துக் கொண்டிருக்கிறது. எல்லோருடைய அம்மாக்களின் மரணங்களும் பிள்ளைகளுக்குள் இப்படித்தான் ஒலித்துக் கொண்டிருக்கக் கூடும். உயிரடங்கி குளிப்பாட்டிக் கிடத்தப்பட்டிருக்கும் அம்மாக்கள் பிள்ளைகளின் ஆழ்மனதோடு உரையாடும் ஓசை அது. அந்தக் குரல் இனிமேல் பிள்ளைகளின் வாழ்நாள் முழுவதும் அவர்களது காதுகளுக்குள் மாத்திரம் எப்போதும் ஒலித்துக் கொண்டிருக்கும். அம்மாக்களுடன் வாழ்ந்த எவராலும் தமது வாழ்நாளில் அந்த அரவத்திலிருந்து தப்பித்துக் கொள்ளவே முடியாது.

அம்மாவின் இடத்துக்கு இனிமேல் யாரும் வரவே மாட்டார்கள். இந்த நினைப்பும், அதீத பாசமும் இன்று காலையில் அவள் உயிருடன் இருந்தபோது இருந்திருந்தால் கூட நான் அவளைத் தேடிப் பார்த்திருப்பேனே என்ற குற்றவுணர்ச்சி மீண்டும் மீண்டும் எனக்குள் தலைதூக்கி என்னை மூழ்கடிக்கிறது. சற்று அழுதால் ஆறுதலாக இருக்கும் என்று எனக்கே தோன்றுகிறது.

சக வகுப்பு மாணவர்களில் யாரோ ஆறுதலாக அணைத்துக் கொள்வதாகக் கருதி என்னைத் தோளோடு சேர்த்து அணைத்துக் கொள்கிறார்கள். அது எனக்கு ஆறுதலைத் தரவில்லை என்றாலும்

இந்தச் சமயத்தில் இந்த அரவணைப்பு எனக்குத் தேவை என்றும் மனம் உணர்கிறது.

தண்ணீரானது விரல்களினூடே வெகு இயல்பாக வழிந்தோடுவதைப் போல எனது வாழ்க்கையின் மிகவும் முக்கியமான தருணங்களான இவை, மிகச் சுலபமாக வழிந்தோடி காலம் வேகமாக நகர்ந்து கொண்டிருப்பதைக் காண்கிறேன். இன்றும், இனிமேல் பல நாட்களுக்கும் இந்த வீட்டில் நான் இப்போது உணரும் தனிமையுணர்வு தொடர்ந்தும் நீடித்திருக்கும் என்றே எனக்குத் தோன்றுகிறது.

கடந்த சில காலங்களாக அம்மாவோடு நான் பேசவேயில்லை. என்றாலும், அவள் இந்த வீட்டில் நிறைந்திருந்தாள். இந்த வீட்டின் ஒவ்வொரு நிழலிலும், இந்த வீட்டின் ஒவ்வொரு வாசனையிலும், இந்த வீட்டின் ஒவ்வொரு அசைவிலும் அவள் நிரம்பியிருந்தாள். எனது பசி, எனது தாகம், எனது தேவைகள் எல்லாவற்றையும் பார்த்துப் பார்த்து பூர்த்தி செய்வதற்காகவே அவள் இந்த வீட்டில் பூரித்து வழிந்தாள்.

அந்தகாரம் மிகுந்த இருண்ட பெருஞ்சுரங்கத்துக்குள்ளிருந்த ஓர் ஒற்றை அகல்விளக்கு சட்டென்று அணைந்து விட்டதைப் போல அனைத்தையும் இருளில் மூழ்கடித்துவிட்டு அம்மா சட்டென்று அணைந்து விட்டாள். எதிர்பார்த்தேயிராத கணத்தில் அதை அணைப்பதற்காகவே பெருஞ்சூறைக் காற்றடித்தபோது அதிலிருந்து அப் பேரொளியைக் காக்கத் தவறிவிட்டேன் நான். அதை அணைப்பதற்காகவே அடைமழை பெய்தபோது அதைக் காக்கத் தவறிவிட்டேன் நான். அதை அணைப்பதற்காகவே வலிய கற்பாறைகள் அதன் மீது சரிந்து வீழ்ந்த போது அதைக் காக்கத் தவறிவிட்டேன் நான்.

இயற்கையோடு இணைந்து சர்வமும் எனக்கெதிராகச் சூழ்ந்து செயற்படும்போது, இதில் என் தவறேதுமில்லை என்பதுவும் எனக்குள்

உறைத்தபோதிலும், இந்தக் குற்றவுணர்ச்சியிலிருந்து என்னால் மீளவே முடியவில்லை.

ஊருக்குள் தமது குழந்தைகளை ஆற்று வெள்ளம், மண் சரிவு போன்ற இயற்கை அனர்த்தங்களுக்கும், விபத்துகளுக்கும் பறிகொடுத்த ஒரு சில தாய்மார்கள் இருக்கிறார்கள். அவ்வாறே பாலூட்டும்போது தாய்ப்பால் புரையேறி மரித்த குழந்தை, கருந்தேள் தீண்டி விஷமேறி மரித்த குழந்தை, வாழைப்பழத் துண்டு தொண்டையில் சிக்கியிறந்த குழந்தை, ஓநாய் கவ்விக் கொண்டோடி காணாமல் போன குழந்தை, நெடுஞ்சாலையில் பேரூந்திலிருந்து தவறி வீழ்ந்து மரித்த குழந்தை எனப் பல்வேறு விதமான எதிர்பார்த்தேயிராத விதத்தில் குழந்தை மரணங்கள் பலவும் இந்த ஊரில் நடந்தேறியிருக்கின்றன.

அந்தப் பிள்ளைகளின் தாய்மார்கள் அதன்பிறகும் உயிர் வாழ்கிறார்கள்தான் என்றாலும் தமது வாழ்க்கையை ஒரு நடைப்பிணம் போல அவர்கள் கழிப்பதைத்தான் இப்போதும் காணக் கூடியதாக இருக்கிறது. அந்தக் குழந்தைகள் அந்தத் தாய்மார்களது கைகளில் தவழ்ந்து ஒரு சில நாட்களே உயிர் வாழ்ந்திருக்கும் என்றாலும், அவர்களால் தமது வாழ்நாள் முழுவதும் அந்தக் காயத்தை, அது தரும் வலியை மறக்கவே முடியாதிருக்கும்.

அந்தக் குழந்தைகளைப் பெற்றெடுக்க எவ்வாறான பிரசவ வேதனையை அந்தத் தாய்மார்கள் அனுபவித்தார்களோ அதை விடவும் பன்மடங்கு வலியை அவர்கள் தமது வாழ்நாள் முழுவதும் தினந்தோறும் ஒவ்வொரு கணத்திலும் உள்ளுக்குள் அனுபவித்துக் கொண்டேயிருப்பார்கள் என்று பாட்டி சொல்வதைக் கேட்டிருக்கிறேன். ஒரு குழந்தை இறந்த வீட்டில் மற்றொரு குழந்தை உடனடியாகப் பிறக்க வேண்டும் என்று அவள் அன்று யாருக்கோ அறிவுரை சொன்னது கூட

அதனாலாகத்தான் இருக்கும். ஒரு வீட்டுக்குள் இழந்த சந்தோஷத்தை மீண்டும் கொண்டு வருவதற்கான ஒரே வழி அதுதான் என்று அவளது அனுபவத்தைக் கொண்டு அவளுக்கு அவ்வாறு தோன்றியிருக்கலாம்.

காயங்களைக் காலம் ஆற்றும் என்பார்கள். ஆனால் சில காயங்களை மாத்திரம்தான் காலம் கூட ஆற்றும். காலத்தாலும் ஆற்றவே ஆற்ற முடியாத காயங்களும் இருக்கத்தானே செய்யும்?! அம்மாவின் மரணம் கூட அவ்வாறானதுதானே?! ஆரம்பத்தில் எல்லோரும் தேற்றுவார்கள், ஆறுதல் அளிப்பார்கள். ஆனால் போகப் போக தனது நிர்க்கதி நிலையைக் கண்டு தானே அஞ்சும் நிலைமைக்குத்தானே இழப்பின் வலியோடுள்ளவர் தள்ளப்படுவார்?!

இன்றைக்குப் பிறகு எனது நிலைமையும் அதுவாகத்தானே இருக்கும்?! நான் இப்போது தனித்து விடப்பட்டிருக்கிறேன். இனிமேல் நான் வாழ்வதற்காக யாரையாவது கொழுகொம்பு போல பற்றிப் பிடித்துக் கொள்ள வேண்டிய நிர்ப்பந்தம் உருவாகக் கூடும். எனக்கென்று சாய்ந்து பற்றிப் பிடித்து படர்ந்து வளர யாருமேயில்லை எனும்போது இனிமேல் எனது வாழ்க்கையை நான் எவ்வாறு கொண்டு செல்வேன் என்றெல்லாம் சுய கழிவிரக்கம் மிகுந்த யோசனைகளும், கேள்விகளும் எனது மனம் முழுவதும் அலைமோதிக் கொண்டிருக்கின்றன.

27

அம்மா எப்போதும் வேலைகளில் மும்முரமாக இருந்தவள். சில அதிகாலை வேளைகளில் நான் திடீரென்று ஏதாவது சத்தம் கேட்டு கண்விழித்துப் பார்க்கும்போது கூட அம்மா ஏதாவது வேலையைச் செய்து கொண்டிருப்பாள். வெளியே சில்வண்டுகளின் ரீங்காரம் இடைவிடாமல் கேட்டுக் கொண்டிருக்கும். அப்போதுதான் மழை பெய்தோய்ந்த நாட்களென்றால் தவளைகள் கத்தும் ஓசையும் இடைவிடாமல் கேட்கும்.

இரவில் நான் எப்போதாவது விழித்திருந்து பரீட்சைக்குப் படித்துக் கொண்டிருந்தால் அவள் உறக்கச் சடவுடனே குப்பி விளக்கொன்றைத் தன்னருகே வைத்துக் கொண்டு தென்னோலையைக் கொண்டு தட்டோ, கூடையோ முடைந்து கொண்டிருப்பாள். இல்லாவிட்டால் கையூசியைக் கொண்டு தனது கிழிந்த ரவிக்கையையோ, பாவாடையையோ, சேலையையோ தைத்துக் கொண்டிருப்பாள். அவ்வப்போது எழுந்து சென்று எனக்கு சூடான காப்பியூற்றிக் கொண்டு வந்து கருப்பட்டித் துண்டோடு தருவாள். என்னவோ பிள்ளை விழித்திருக்கையில் தான் உறங்கினால், என்னை ஏதேனும் விலங்குகள் வந்து தூக்கிக் கொண்டு போய் விடும் என்று பயப்படுவது போல, இரவு

முழுவதும் நான் விழித்திருந்தாலும் எவ்வித முணுமுணுப்புமில்லாமல் எனக்குக் காவலிருந்தாள் அவள்.

ஓநாயொன்று கவ்விக் கொண்டு போன குழந்தையொன்றைக் குறித்து நான் மேலே சொன்னேன், இல்லையா?! அந்த வீடு இதே மலையில் எனது வீட்டுக்கு மேலே கூப்பிடு தொலைவில்தான் இருக்கிறது. அந்தக் குழந்தையின் அம்மா கூட இன்று எமது வீட்டுக்கு வந்திருந்ததைக் கண்டேன்.

அந்தக் குழந்தை பிறந்து அப்போதுதான் பதினோரு நாட்கள் ஆகியிருந்தன. அந்தத் தாய் மாத்திரம்தான் அப்போது வீட்டில் இருந்திருக்கிறாள். அவள் தலைவாசலருகே வைத்து இதமான வெந்நீரில் குழந்தையைக் குளிப்பாட்டித் துடைத்து, திண்ணையில் விரிக்கப்பட்ட பாயில் கிடத்தி விட்டு உள்ளே எதையோ எடுத்து வரப் போயிருக்கிறாள். அவள் அறை வாசலை அடையக் கூட இல்லையாம். குழந்தை வீறிட்டழுவதையும், திரும்பிப் பார்த்தால் கபில நிறத்தில் மயிரடர்ந்த வாலொன்றையும்தான் அவள் கண்டிருக்கிறாள். ஓடி வந்து பார்த்தால் குழந்தையைக் காணவில்லையாம்.

அந்தத் தாய் கத்திக் கூச்சலிட்டு, ஊரிலிருந்த ஆட்களெல்லாம் ஒன்று கூடிக் காட்டை சல்லடை போட்டுத் தேடியும் அந்தக் குழந்தையை மீண்டும் கண்டுபிடிக்கவே முடியவில்லை. வாசலில் தண்ணீர் கலந்த சேற்று மண்ணில் படிந்திருந்த கால்தடங்களைக் கொண்டுதான் ஓநாய்தான் வந்திருக்கிறது என்பதைக் கண்டறிந்திருக்கிறார்கள்.

அன்றைக்குப் பிறகு அம்மாவுக்கு என் மீதான கவனம் மேலும் அதிகரித்தது. எனது பாதுகாப்பு குறித்த யோசனைதான் அவளுக்குள் எப்போதும் இருந்து கொண்டிருக்கிறது என்பது அவளது ஒவ்வொரு நடவடிக்கையிலும் புலப்பட்டது. நான் வெளியே எங்கும் போகாத நாட்களிலும், முற்றத்தில் எதையாவது செய்து கொண்டிருக்கும்

போதும் என்னைத் தனது கண்களில் தாங்கியவாறுதான் அவள் ஏதாவது வேலை செய்து கொண்டிருப்பாள். அப்போது அவள் எங்கிருந்தாலும் நானிருக்கும் இடத்தை அடிக்கடி எட்டி எட்டிப் பார்ப்பாள்.

இனிமேல் அவ்வாறு என் மீது கவனம் செலுத்த யார்தான் இருக்கிறார்கள் என்ற யோசனை வந்து பெருமூச்சைக் கிளப்பி விடுகிறது. அம்மா உயிருடன் இருந்த காலத்தில் நான் அவளோடு எவ்வளவோ பேசியிருக்கலாம். எவ்வளவு அருமையான கணங்களைத் தவற விட்டிருக்கிறேன்?! நான் ஏதாவது கூறுவேன் என்று எனதருகிலேயே சுற்றிச் சுற்றி வருவாளே. அவ்வாறு ஒவ்வொரு கணமும் காத்திருந்து காத்திருந்து எத்தனை வருடங்கள் நான் அன்பாகப் பேசப் போகும் எனது ஒற்றை வார்த்தைக்காகக் காத்திருந்திருப்பாள்?!

அளவற்ற பெறுமதியுடைய அபரிமிதமான முத்தொன்றைத் தூக்கி ஆழ்கடலில் எறிந்துவிட்டு அந்த முத்தை இனிமேல் பார்க்க வாய்ப்பே இல்லையா என்று வருந்துவதில் என்ன பயனிருக்கப் போகிறது என்பதை மூளை நன்கு உணர்ந்திருக்கும்போதிலும், மனம் அதை ஏற்றுக் கொள்ளவே மறுக்கிறது. அம்மாவுடன் நான் ஓர் ஒற்றை வார்த்தையாவது பேசியிருந்தால் என்னால் அவளுக்கு ஏற்பட்ட அத்தனை காயங்களும் அத்தோடு ஆறியிருக்கும், அல்லவா?! அப்போது அவளது முகத்தில் தோன்றியிருக்கக் கூடுமான ஒற்றைப் புன்னகை என்னை மன்னித்ததற்கான அர்த்தமாக ஆகியிருக்கும், இல்லையா?!

அம்மாவின் வாழ்க்கையில் ஒலிக்கு எந்தப் பங்குமேயில்லை. அது இயற்கையாக, இயல்பாக அமைந்தது. அதற்கு அவள் என்னதான் செய்ய முடியும்?! அதை ஏன் நான் வளர வளர ஏற்றுக் கொள்ள மறுத்து அவளை இழிபிறவியாகக் கருதினேன்?!

தேகம் முழுவதும் வெண்ணிறத் துணியால் சுற்றப்பட்டு முகம் மாத்திரம் திறந்திருக்கும் அம்மாவைப் பார்த்துக் கொண்டே இருக்கிறேன் நான்.

இன்னும் பேச்சு வராத குழந்தையொன்று தனது கண்களைப் படபடக்கச் செய்து தனது பிரச்சினையை விளக்க முற்படுவது போல சட்டென்று அவள் கண் விழித்து, எழுந்து அமர்ந்து என்னிடம் ஓடி வருவாள் என்று தோன்றுகிறது. தன்னைச் சுற்றியிருந்த அனைத்தையும் உயிரோட்டத்தோடு அரவணைத்து வழிநடத்திக் கொண்டிருந்த அவளது அந்தக் கண்களினோரத்தில் ஒரு துளி நீர் துளிர்த்து உருண்டு விழுந்தால் கூடப் போதும் என்ற ஆசை எனது மனம் முழுவதிலும் வியாபிக்கிறது.

பச்சைப் பசேலென எங்கும் அழகழகான மரங்களடர்ந்த இந்த மலைப் பிரதேசத்தை விட்டு, அவளுக்கு மிகப் பரிச்சயமான இந்தச் சூழ்நிலையை விட்டு, சிறு வயது முதல் அவள் அதிக நேரம் செலவிட்ட ஆற்றங்கரையை விட்டு அவள் எப்படித்தான் வெளியேறுவாள்?!

இந்தப் பிரதேசத்தில் சேறும், சகதியும் நிறைந்து குறுகலாகவுள்ள ஒற்றையடிப் பாதைகள், அவற்றின் இருமருங்கிலுமிருக்கும் செடிகளிலும், பூக்களிலும் அமர்ந்திருந்து அவளது அசைவில் அழகுற எழுந்து பறக்கும் வண்ணத்துப் பூச்சிகள், பொன்வண்டுகள், தும்பிகள், எமது வீட்டின் சிறிய தோட்டம் இவையெல்லாம் அவளது பாதங்கள் படாமல் இனிமேல் எவ்வாறு வளம்பெற்று வாழும்?!

கொல்லை வாசல் திண்ணையில் மூன்று கருங்கற்களுக்கு மத்தியில் தீ மூட்டி வெண்ணெய் உருக்கிக் கொண்டு தனது நாளின் பெரும்பகுதியைக் கழித்த அம்மாவை இனிமேல் அவை தேடாதா?! ஈர விறகுகளென்றால் அடுப்பைப் பற்ற வைக்க கண்ணெரிய எரிய அவள் மூச்சுப் பிடித்து ஊதுவதை எத்தனை தடவைகள் அவை

எம். ரிஷான் ஷெரீப்

கண்டிருக்கும்?! அவளுக்காகவே காட்டிலுள்ள அத்தனை பூக்களிலும் எடுத்துச் சேகரித்து வைத்திருக்கும் தூய தேனை, இனிமேல் தேனீக்கள் யாருக்குக் கொடுக்கும்?!

கல்லுரல், அம்மி, சுளகு, ஆட்டுக்கல், சிமினி விளக்கு, குடம், வளைகத்தி, உலக்கை, குந்தாணி, பாய்கள் என அம்மா மாத்திரம் இத்தனை காலமும் பயன்படுத்திய பொருட்கள் அனைத்துமே இனிமேல் அவளைத் தேடாதா என்ன?! அவளைத் தேடித் தேடிக் கதறப் போகும் அவளது பசுவையும், கன்றுக்குட்டியையும் இனிமேல் நான் என்ன செய்வேன்?!

இவ்வாறான விசித்திரமான எண்ணங்களும், கேள்விகளும் என்னைச் சூழவாரம்பிக்கின்றன. அவற்றை என்னால் தாங்கிக் கொள்ளவே முடியாமலிருக்கிறது.

28

அம்மாவின் தலைமாட்டில் ஒரு பலகைக் கதிரையில் செவ்வாச்சி அமர்ந்திருக்கிறாள். தான் இல்லாவிட்டால் இந்த இறுதிச் சடங்கு ஒழுங்காகவே நடைபெறாது என்பது போன்ற தோரணை செவ்வாச்சியிடமிருந்து வெளிப்படுவதாக நான் உணர்கிறேன். அது எனது கற்பிதமாகவும் இருக்கலாம்.

அருகே விரிக்கப்பட்டிருக்கும் ஓலைப் பாய்களில் பெண்கள் பலரும் அமர்ந்திருக்கிறார்கள். சில பெண்கள் ஓசையெழ அழுகிறார்கள். சிலர் அவர்களது முதுகுகளிலும், தோள்களிலும் தடவிக் கொடுத்து அவர்களைத் தேற்றுகிறார்கள். அந்த அக்காவும் அம்மாவின் தலைமாட்டில் பாயில் அமர்ந்திருக்கிறாள். தீர்க்கமான கவலையை வெளிப்படுத்துகிறது அவளது முகம். அவளது கன்னங்களில் கண்ணீர் வழிந்தோடிய தடம் காய்ந்திருப்பது தெரிகிறது.

எனக்குத்தான் அழுகை வரவேயில்லை. வீடு முழுவதும் நிறைந்திருக்கும் இந்த ஆட்கள் எல்லோருமே இப்போது இங்கிருந்து காணாமல் போய் விட வேண்டும் என்றும் அம்மாவும், நானும் மாத்திரம் இங்கு இருந்தால் போதும் என்றும் எனக்குத் தோன்றுகிறது.

சேலைத் தலைப்பாலோ, துண்டாலோ வாயை மூடிக் கொண்டு அழுதவாறும், சோக முகங்களோடும், அடுத்திருப்பவரோடு

கதைகளைப் பேசியவாறும், எங்கேயோ வெறித்துப் பார்த்தவாறு யோசித்துக் கொண்டிருப்பவர்களையும் வீடு முழுவதிலும் காணக் காண எனக்குச் சலிப்பாக இருக்கிறது. நான் கண்களை மூடித் திறக்கும்போது இவர்கள் எல்லோருமே இங்கே இல்லாமல் போயிருக்க வேண்டும் என்றே எனது மனம் விரும்புகிறது.

அம்மாவை அடக்கம் செய்த பின்பு எல்லோருமாகச் சேர்ந்து இந்த வீட்டை முழுவதுமாக ஒட்டடை அடித்துத் துடைத்து, கூட்டிப் பெருக்கப் போகிறோம் என்றும் தேவையான துணிமணிகளை எடுத்துக் கொண்டு வந்து சில நாட்கள் தனது வீட்டில் தங்குமாறும் அந்த அயல்வீட்டுப் பெண் எனதருகே வந்து கூறுகிறாள். மழை விட்டு வெயில் நன்றாகக் காயும் ஒரு நாளில் எல்லோருமாகச் சேர்ந்து ஒழுகும் கூரையையும் சீர்படுத்தித் தரவிருப்பதாகவும் அவள் கூறுகிறாள்.

தனது நாய்க்குக் கல்லெறிந்த கோபம் ஒரு துளி கூட அவளது மனதிலில்லை என்பது புலப்படுகிறது. அழுததாலோ என்னவோ அவளது கண்கள் சிவந்திருக்கின்றன. அவளது நீண்ட கூந்தல் கலைந்து நரை மயிர்க் கற்றைகள் சில நெற்றியில் விழுந்திருக்கின்றன. எப்போதும் எண்ணெய் வைத்து சீராகத் தலைவாரி நேர்த்தியாக இருப்பவளை இவ்வாறு நான் ஒருபோதும் கண்டதேயில்லை.

ஒரு குழந்தையிடம் காட்டுவதைப் போல இவர்கள் எல்லோருமே எதற்காக என் மீது இரக்கம் காட்ட வேண்டும்?! இந்தக் கருணை ஏன் என்னை இந்தளவு இயலாமலாக்குகிறது?! இந்த அனுதாபம் தோய்ந்த பார்வை என்னை எவ்வளவு வலுவற்றதாக்குகிறது என்பது இவர்களுக்கு ஏன் விளங்குவதில்லை?! இவர்களது பச்சாதாபம் என் மீது சூழும்போது அது என்னை எவ்வளவு கையாலாததாக ஆக்குகிறது என்பதை இவர்கள் ஏன் புரிந்துகொள்ளத் தவறுகிறார்கள்?!

நேரம் கழியக் கழிய இன்னும் பலர் எமது வீட்டினுள்ளும், முற்றத்திலும், கூடாரத்திலும் நிறைகிறார்கள். அவர்களில் பலரும் இந்த

மலைக் கிராமங்களில் வசிக்கும் அன்றாடக் கூலித் தொழிலாளர்கள். அவர்களை நான் மலைப் பாதையில் வைத்துக் கண்டிருக்கிறேன். எவ்வளவு பெரிய மரத்தையும் கோடரியால் தனியாளாக வெட்டிச் சாய்த்து அவற்றைக் கொண்டு கதவு, ஜன்னல்களை, தளபாடங்களைச் செய்து விட அவர்களால் முடியும்.

சாயத் தேநீரும், கருப்பட்டியும் தொடர்ந்தும் பரிமாறப்படுகின்றன. வானில் மழை மேகங்கள் மீண்டும் திரள்வதாகவும், அந்தியாகும்போது மீண்டும் மழை வரக் கூடும் என்றும் அவர்கள் கதைத்துக் கொள்கிறார்கள். பெய்தால் பெய்து தொலையட்டும்! கொட்டிக் கொட்டித் தீர்க்கட்டும்! இந்த மழைதானே அம்மாவைக் கொன்றது?! இது ஒன்றுதானே அவளின் மரணத்துக்கே காரணம்?!

மரண வீடுகளில் கூடிக் கூடிக் கலையும் மனிதக் கூட்டங்கள் போலவே அடர்த்தியான கருமுகில் கூட்டங்கள் அணி திரண்டு சேர்ந்து, கலைந்து, மீண்டும் திரள்வது எனது பார்வைக்குப் படுகிறது. மழை பெய்ய ஆரம்பித்தால், நாலாபுறங்களிலிருந்தும் நீரோடி வரும் இந்த மலைப் பாதையில், அம்மாவையும் தூக்கிக் கொண்டு சறுக்கி விழ வைக்கும் சகதிக் குட்டைகள் தேங்கியிருக்கும் ஒற்றையடிப் பாதை வழியே நடந்து எவ்வாறு பள்ளங்களிறங்கி அவ்வளவு தூரத்திலிருக்கும் இடுகாட்டுக்குப் போவது என்பதுதான் அவர்களுக்கு இப்போது இருக்கக் கூடிய மிகப் பெரும் கவலையாக இருக்கக் கூடும்.

ஆனால் என்னுள்ளோ இன்றைய நாளைப் பற்றியோ, இனிமேல் வரப் போகும் எனது எதிர்காலத்தைப் பற்றியோ சிந்திக்கக் கூட நேரம் இல்லாத அளவுக்கு அம்மாவின் மரணம் தந்திருக்கும் குற்றவுணர்ச்சி மிகைத்திருக்கிறது.

நான் அம்மாவின் அருகில் செல்கிறேன். செவ்வாச்சி எனது வலது கையைப் பிடித்துக் கொள்கிறாள். நான் அவளருகே நின்றுகொண்டு அம்மாவையே பார்த்துக் கொண்டிருக்கிறேன். நான் அழுகிறேனா,

என்னிடம் கவலை தென்படுகிறதா என்று சிலர் எனது முகத்தையே உற்றுக் கவனித்துக் கொண்டிருப்பதை உணர்கிறேன்.

அம்மாவிடம் இறுதியாக ஏதாவது கூற வேண்டுமானால் அவளது காதுக்குள் இரகசியமாகச் சொல், அவளுக்குக் கேட்கும் என்று என்னிடம் கூறுகிறாள் செவ்வாச்சி. அதைக் கேட்டு எனது உடல் பதறுவது போல உணர்கிறேன். நான் கண்களை மூடி ஆச்சியின் கையை இறுகப் பற்றிக் கொள்கிறேன்.

இவர்கள் எல்லோரும் யார்? இவர்கள் எல்லோரும் என்ன செய்வதற்காக எனது வீட்டுக்கு வந்திருக்கிறார்கள்? ஏன் இந்த வீடு அந்நியர்களால் நிரம்பியிருக்கிறது? போன்ற கேள்விகள்தான் என்னை உலுக்கிக் கொண்டிருக்கின்றனவேயொழிய, அம்மாவிடம் இறுதியாக ஏதாவது கூற வேண்டும் என்ற எண்ணம் எனக்குள் எழவே சிறிது நேரம் எடுக்கிறது.

அம்மாவிடம் சொல்வதற்கென்றால் இத்தனை ஆண்டு காலமும் அவளிடம் சொல்லாத எத்தனை எத்தனை விடயங்கள் என்னிடம் இருக்கின்றன?! அவை அனைத்தையுமே ஒரு சில கணங்களுக்குள் அவளது காதுக்குள் சொல்லித் தீர்த்து விட முடியுமா என்ன?! அந்த ஆண்டுகள் போகட்டும். அவள் மரணித்ததிலிருந்து இப்போது வரையான இந்தக் குறுகிய காலத்துக்குள் பல நாட்கள் இடைவிடாமல் சொன்னாலும் கூட சொல்லித் தீர்க்க முடியாத பல விடயங்கள் எனக்குள்ளே குவிந்திருக்கின்றன என்றே எனக்குத் தோன்றுகிறது.

இத்தனை காலமும் அடைத்துக் கொண்டிருக்கும் அம்மாவின் செவிப்பறை, தனது பிள்ளையின் குரலைக் கேட்கவென திறந்துகொள்ளும் அதிசயமும் நிகழக் கூடும்தான். அவளால் வெளியே சொல்ல இயலவில்லையாயினும், தனது பிள்ளையின் குரல் எப்படியிருக்கும் என்பதை அறிந்துகொள்ள அவள் எவ்வளவு

அம்மா 144

ஆசையாக இருந்திருப்பாள்?! அந்த ஆசையைத் தீர்த்து வைக்கவாவது நான் அவளது காதில் ஒரு வார்த்தை பேசினால்தான் என்ன என்று சட்டென்று எனக்குத் தோன்றுகிறது.

நான் அம்மாவின் காதருகே குனிந்து 'அம்மா' என்று கூறுகிறேன். அருகில் அமர்ந்திருக்கும் அந்த அக்கா சட்டென்று வெடித்து அழுகிறாள். அந்தக் கதறலில் அதிர்ந்து நான் சட்டென்று நிமிர்கிறேன். அக்கா தொடர்ந்தும் அழுதுகொண்டே இருக்கிறாள். அவளது கண்ணிமைகள் கூட கண்ணீரின் கனத்தில் ஈரலித்திருப்பதைக் காண்கிறேன்.

29

அம்மாவைக் காப்பாற்றத் தவறி விட்டேன், அவளுடன் இவ்வளவு காலமும் பேசாமல் தவிர்த்து விட்டேன் என்பவற்றால் உருவாகியிருக்கும் இந்தக் குற்றவுணர்ச்சி எனது தலையை முற்றுமுழுதாக ஆக்கிரமித்திருப்பதை நான் உணர்கிறேன். இந்தக் குற்றவுணர்ச்சி தொடர்ச்சியாக எனது மூளையில் துடித்துக் கொண்டிருப்பதையும், என்னைத் தளர வைத்து பலவீனமடையச் செய்வதையும் என்னால் உணர முடிகிறது.

அம்மாவின் இறுதிப் பயணத்துக்காக நான் காலடி எடுத்து வைத்துப் போகப் போகும் இறுதிப் புள்ளிவரைக்கும் மாத்திரமே அம்மா என்னோடு கூட வரப் போகிறாள். எத்தனை தடவைகள் என்னை இடுப்பில் சுமந்துகொண்டும், எனது விரல் பிடித்துக் கொண்டும், என்னைப் பின் தொடர்ந்து கொண்டும் இதே மலைப் பாதைகளில் என்னோடு கூட நடந்திருக்கிறாள் அவள்?!

எங்கள் இருவரையும் இந்த இடத்தை விட்டு, இந்த வீட்டை விட்டு, இந்த மலைக் கிராமத்தை விட்டு அகலச் செய்யாமல் யாராவது அல்லது எதுவாவது இறுக்கமாகப் பற்றிப் பிடித்துக் கொள்ளக் கூடாதா என்றிருக்கிறது எனக்கு. எனக்கும், இந்த வீட்டுக்கும், இந்த மலைப்

பாதைகளுக்கும், இந்தக் காட்டுக்கும் உயிரூட்டிக் கொண்டு உயிராக இருந்தவளே அவள்தானே?!

பொதுவாக தமது பிள்ளைகளுக்கு பத்து வயது கடந்தாலே தம்மோடு கூலி வேலைகளுக்கு அழைத்துச் செல்லும் பெற்றோர்கள் இருக்கும் இந்த மலைப் பிரதேசத்தில் என்னை இந்தளவு பத்திரமாக ஒரு பூவைப் போல பாதுகாத்து வளர்த்ததற்கும், கல்வியைத் தந்ததற்கும் நான் எனது அம்மாவுக்கு என்ன கைம்மாறைத்தான் செய்யப் போகிறேன்?!

எனது கல்விக்காகத்தானே எனது அம்மா இத்தனை பாடுபட்டு ஒவ்வொரு வேலைகளாகச் செய்து கொண்டிருந்தாள்?! பணமீட்டி அதை எனது எதிர்காலத்துக்காக சேமித்து வைக்க வேண்டும் என்ற இலட்சியம்தானே அவளை ஓய்வேயில்லாமல் அங்குமிங்குமென ஓடச் செய்தது?!

வெறுமனே எமது பசி போக்குவதற்காகத்தான் வேலை செய்ய வேண்டும் என்றால் அதற்காக அவள் இந்தளவு பாடுபட்டிருக்கத் தேவையே இல்லையே?! பலாவும், வாழையும், சேம்பிலையும், கருணைக் கிழங்கும், மரவள்ளியும், ஆற்று மீன்களும், கீரைகளும், கைக்குத்தரிசியுமென உழைக்காமலே பசி போக்கவென இந்தக் கிராமங்களில்தான் இன்னும் எத்தனை எத்தனை இருக்கின்றன?!

அம்மாவுக்கு தனது வாழ்க்கையில் ஒரேயொரு ஆசைதான் இருந்திருக்க வேண்டும் என்று தோன்றுகிறது. தனது வாழ்நாள் முழுவதும், ஆயுள் தீரும் வரைக்கும் எப்போதும் என்னுடனே ஒன்றாக இருக்க வேண்டும் என்பதுதான் அந்த ஆசையாக இருந்திருக்கக் கூடும். இப்போதைக்கு அந்த ஆசை மாத்திரம் முழுவதுமாக நிறைவேறியிருக்கிறது. அந்த ஆசை கூட நிறைவேறாமல்

போயிருந்தால்தான் விவரிக்க முடியாத ஏக்கம் அவளைச் சூழ்ந்திருக்கும்.

முன்பு, அதாவது நாமிருவரும் எதுவுமே பேசிக் கொள்ளாமல் வீட்டினுள்ளே அருகருகே அமர்ந்திருந்த அல்லது வெளியே மரங்களின் கீழால் நடந்து கொண்டிருந்த அந்த முந்தைய காலத்திலும் கூட எம்மிடையேயான ஒற்றுமையின் கயிற்றை மிகவும் இறுக்கமாக அவள்தானே கடுமையான எனது மௌனத்துக்கு மத்தியிலும் கை வலிக்க வலிக்கப் பற்றிப் பிடித்திருந்தாள்?!

அம்மா இப்படி உடனடியாக எல்லாவற்றையும் விட்டுவிட்டுப் புறப்பட வேண்டிய அளவுக்கு ஒரு தற்காலிக வாழ்க்கையை, எந்தவொரு சௌகரியத்தையும் அனுபவிக்காமல் மிகச் சிரமப்பட்டு வாழ்ந்தது எவ்வளவு வேதனையாக இருக்கிறது?!

30

அம்மாவை எத்தனை காலத்துக்கு வேண்டுமானாலும் இப்படியே பார்த்துக் கொண்டிருக்கலாம் என்று தோன்றுகிறது. வெளியே நின்றுகொண்டிருக்கும் ஊர்த்தலைவரை வரச் சொல்லுமாறு செவ்வாச்சி ஒரு சிறுமியிடம் சொல்லியனுப்புவது கேட்கிறது.

மிகுந்த அயர்ச்சியோடும், தளர்ச்சியோடும் மெதுவாக அம்மாவின் கால்களருகே வருகிறேன் நான். அந்த ஓரிரு அடி தூரங்கள் கூட வெகுதொலைவில் இருப்பதுபோலவும், மனதில் மிகுந்த கனம் ஏற்றுபவையாகவும் இருப்பதை உணர்கிறேன்.

அம்மாவின் கறுத்து, ஒல்லியான, வெடித்த கால்களின் பெருவிரல்கள் இரண்டும் வெண்ணிறத் துணியால் சேர்த்துக் கட்டப்பட்டிருக்கின்றன. அவள் இந்த வீட்டில் இருந்த காலத்தை விடவும் அதிகமான காலங்கள் காடுமேடு, சேறு, சகதி என்று பாராமல் அவளறிந்திருந்த கரடுமுரடான பூமியெங்கும் அலைந்து திரிந்தாள். ஆகவே வெடிப்புற்றுப் பிளந்து கிடக்கும் அந்தப் பாதங்கள் இரண்டும் இப்போது பரிசுத்தமாகவும், பேரழகாகவும், இறகு போன்ற மென்மையான தோலுடனும் இருப்பதாகக் காண்கிறேன்.

எனக்காக கற்களும், முற்களும் தீண்டத் தீண்ட அலைந்து களைத்த பாதங்கள் அல்லவா இவை?! இந்தப் பாதங்களை நெஞ்சோடு

சேர்த்தணைத்துக் கொள்ளவும், இவற்றுக்கு முத்தம் கொடுக்கவும் மனம் வெகுவாக ஆசைப்பட்ட போதிலும், ஆட்களுக்கு மத்தியில் அதைச் செய்ய எனக்குத் தயக்கமாகவும் இருக்கிறது.

அதே வேளை, எனது வாழ்க்கையில் ஏற்பட்டுள்ள பெரும் பேரழிவாக நான் கருதும் இந்தச் சம்பவத்தை எனக்களித்தவளே இவள் அல்லவா என்ற கோபமும் கூட எனக்குள்ளே இருப்பதை இப்போதும் நான் உணர்கிறேன். அம்மா மீது பாசம், கவலை, ஏக்கம், குற்றவுணர்ச்சி, கோபம் ஆகிய உணர்வுகள் மீண்டும் மீண்டும் எனக்குள்ளே கிளர்ந்து கிளர்ந்து என்னைத் தளரச் செய்து கொண்டிருக்கின்றன.

ஊர்த் தலைவர் தலைவாசலினூடாக வீட்டினுள்ளே வந்து நேராக செவ்வாச்சியின் அருகே போய் அவள் கூறுவதைச் செவிமடுக்க வசதியாக குனிந்து நிற்கிறார். அடுத்து என்னென்ன செய்ய வேண்டும் என்ற கட்டளைகளை செவ்வாச்சி அவரது முழங்கையைப் பிடித்தவாறே ஒவ்வொன்றாக அவரது காதருகே சொல்கிறாள்.

செவ்வாச்சியின் குரல் இரகசியம் கூறும் தொனியில் இருக்கவில்லை என்பதால் அவள் கூறுவதை எல்லோருமே அமைதியாகக் கேட்டுக் கொண்டிருக்கிறார்கள். அவளது குரலைத் தவிர இந்தச் சமயத்தில் இங்கு நிலவும் பேரமைதிதான் அச்சுறுத்துவதாக இருக்கிறது. அவள் இடும் கட்டளைகளுக்கு எவ்வித மறுப்பையும் தெரிவிக்காமல் அவள் கூறும் அனைத்தையும் செய்ய சம்மதம் தெரிவிப்பது போல அவளது புறங்கையில் தட்டிக் கொடுத்தவாறே நிமிர்ந்து நிற்கும் ஊர்த் தலைவர் மெதுவாக நடந்து வெளியே செல்கிறார்.

இவை எவற்றையும் அறியாமல் தூங்கிக் கொண்டிருப்பது போல அம்மா அசையாமல் படுத்துக் கிடக்கிறாள். கடுமையான வெயிலடிக்கும் காலங்களில், பௌர்ணமி நிலவு காயும் இரவுகளில் தலை வாசலருகே இருக்கும் பலகை ஜன்னலை இந்த வீட்டில்

அடைப்பதை நான் கண்டதில்லை. அப்போதெல்லாம் முற்றத்தில் காயும் அப் பரந்த நிலவொளி வீட்டுக்குள்ளும் ஜன்னல் வழியாக வந்து விழும். ஜன்னலுக்குக் குறுக்காகப் போடப்பட்டிருக்கும் சிறு தடிகளின் நிழல் உருப்பெருத்து நிலவொளியின் மீது மண்தரையில் விழுந்திருக்கும். தென்றல் காற்றுக்கு முற்றத்திலிருக்கும் மர இலைகள் அசைவது கூட நிழலில் அழகாகத் தெரியும்.

அம்மா அந்த நிலவொளியருகே பாயில் படுத்திருப்பாள். நடு ஜாமம் கடந்து எப்போதாவது எனக்கு விழிப்பு வரும்போது அந்த நிலவொளி அவளின் மீது விழுவதையும், அந்த நிலவொளியில் அவள் ஒரு சிறிய தேவதை போல அமைதியாக அசந்து உறங்குவதையும் நான் கண்டிருக்கிறேன். இப்போதும் அவள் எனக்கு அப்படித்தான் தெரிகிறாள்.

இன்றைக்குப் பிறகு வருங்காலத்தில் படித்து நான் எவ்வளவு நல்ல நிலைமைக்கு உயர்ந்தாலும், என்னிடம் எவ்வளவு செல்வம் வந்து குவிந்தாலும், குதிரையொன்றைத் தனது வாழ்நாளிலேயே கண்டிராத, கடலென்ற ஒன்றைப் பார்த்தேயிராத அன்புக்குரிய எனது அம்மா ஒரு தேவதையைப் போல சாந்தமாக உறங்கும் இந்தக் கணப்பொழுதின் ஏகாந்தத்தை என்னால் இனிமேல் அடைய முடியவே முடியாமலிருக்கும், இல்லையா?!

31

அம்மாவைக் கொண்டு செல்லும் நேரம் நெருங்குகிறது என்பதைப் புரிந்துகொண்டதைப் போல பாயில் அமர்ந்திருக்கும் எல்லோரும் எழுந்து நின்றுகொள்கிறார்கள். இறுதிச் சடங்குக்குக் கொண்டு செல்லத் தேவையான பொருட்களைக் குறித்து செவ்வாச்சி சொல்லச் சொல்ல அவற்றைத் தேடி எடுத்துத் தம்முடன் வைத்துக் கொள்கிறார்கள் அந்த அக்காவும், அயல் வீட்டுப் பெண்மணியும்.

நெடுஞ்சாலை ஓரமாக பட்டறை வைத்திருக்கும் கருமான் வீட்டினுள்ளே வருவது தெரிகிறது. நல்லடக்க நேரம் நெருங்கி விட்டது என்பதை அவரது வருகையை வைத்து எவரும் அறிந்து கொள்ளலாம். அவர் எனது அப்பாவின் ஒரே வயதுக்காரர் என்பதையும், நெருங்கிய சினேகிதர் என்பதையும் பாட்டி சொல்லக் கேட்டு அறிந்திருக்கிறேன்.

ஊரில் பெரும் செல்வந்தர் என்றால் கருமானைத்தான் சொல்லலாம். இந்த ஊரிலும், அயல் கிராமங்களிலும் பெரும்பாலான காணிகளை வைத்திருக்கும் அவர்தான் இந்த மலைக் கிராமங்களின் மக்களுக்கு கோடரிகளையும், அரிவாள்களையும், கத்திகளையும், அலவாங்குகளையும், மண்வெட்டிகளையும், ஈட்டிகளையும் இன்னும் தேவைப்படும் அனைத்து உபகரணங்களையும் இரும்பினால் செய்து கொடுப்பவர்.

அந்த உபகரணங்கள் தயாரிக்கப்படுவதைப் பார்த்துக் கொண்டிருக்கவே அவ்வளவு ஆசையாக இருக்கும். சிறுவர்களான நாங்கள் அந்த வேலைகளை ரசித்துப் பார்த்துக் கொண்டிருப்பதைக் கண்டால், பரம்பரை பரம்பரையாக கொல்லர் தொழிலைச் செய்துவரும் அவரது பழங்காலக் கதைகளைச் சுவைபடச் சொல்லிக் கொண்டே வேலை பார்ப்பார் அவர்.

அவரிடம் ஒரு விசித்திரமான பழக்கம் இருப்பதாக ஊருக்குள் எப்போதும் பேசிக் கொள்வார்கள். ஊரிலும், அயல்கிராமங்களிலும் எங்கு மரண வீடு நிகழ்ந்தாலும் அவர் தனது பட்டறையை அடைத்து விட்டு நல்லடக்கம் நடைபெறப் போகும் சமயத்தில் அந்த மரண வீட்டுக்கு வருகை தந்து சடலத்தைத் தூக்கிக் கொண்டு இடுகாடு வரை நடப்பார். பின்னர் இடுகாட்டில் சடலத்தை வைத்து விட்டு உடனடியாகக் கிளம்பி விடுவார். நல்லடக்கம் முழுமையாகப் பூர்த்தியாகும்வரை அவர் இடுகாட்டில் இருப்பதுமில்லை. யாரிடமும் விடைபெற்றுக் கொள்வதுமில்லை.

உடனடியாக ஆற்றுக்குப் போய்க் குளித்து விட்டு பட்டறைக்குத் திரும்பும் அவர், பட்டறையைத் திறந்து சந்தனத்திரி, சாம்பிராணி ஏற்றி வைப்பார். தொடர்ந்து தனது வேலையைத் தொடருவார். இவ்வாறானதொரு பழக்கத்தைக் கொண்டிருக்கும் அவரது பட்டறை எப்போதாவது மூடப்பட்டிருந்தால் ஊரிலோ, அயலூரிலோ எங்கோ மரணம் நிகழ்ந்திருக்கிறது என்பதை எல்லோரும் அறிந்து கொள்வார்கள்.

கருமானைக் கண்டதுமே, அவருக்காகவே அத்தனை நேரமும் காத்திருந்தது போல எல்லாப் பெண்களும் கதறியழத் தொடங்குகிறார்கள். அத்தனை கதறலைக் கண்டும் எனக்குக் கண்ணீரோ, அழுகையோ வரவேயில்லை. நான் அழுபவர்களை வேடிக்கை பார்த்துக் கொண்டிருக்கிறேன்.

இதுவரை இவ்வாறான எத்தனையோ ஒப்பாரிகளைக் கண்டிருக்கும் கருமானோ சலனமேதுமின்றி வந்து அம்மாவின் அருகில் நின்று அம்மாவின் முகத்தைப் பார்க்கிறார். அவரைப் பின்தொடர்ந்து வந்த ஊர்த் தலைவரும், இன்னும் சில ஆண்களும் அவர் தலைநிமிரும்வரை அவரையே பார்த்துக் கொண்டிருக்கிறார்கள்.

செவ்வாச்சி குனிந்து அம்மாவின் நெற்றியைத் தடவிக் கொடுக்கிறாள். பின்னர் அவள் கருமானைப் பார்த்துத் தலையசைக்கிறாள். அவர் தலைநிமிர்ந்து ஊர்த் தலைவரைப் பார்த்து தலையசைத்ததும் அம்மாவைக் கிடத்தியிருக்கும் கயிற்றுக் கட்டிலின் புதிய வெண்ணிறப் படுக்கை விரிப்பை நான்கு முனைகளிலும் பிடித்துத் தூக்கி, தயாராக அருகிலிருக்கும் மூங்கில் பாடையின் மீது வைக்கிறார்கள்.

புதிதாக தென்னோலைகள் வெட்டி அவசர அவசரமாக ஆனால் உறுதியாக அந்தப் பாடை பின்னப்பட்டிருப்பது தெரிகிறது. அந்தப் பச்சைப் பாடையின் நீள்பக்கப் பகுதிகளின் இருபுறமும் நீண்ட மூங்கில் தடிகள் பிணைக்கப்பட்டிருக்கின்றன. அம்மா அதில் கிடத்தப்பட்டதும் கருமானும், அந்த அக்காவின் தந்தையும், அவளது கணவனும், சங்கத்து உறுப்பினர் ஒருவரும் மூங்கில் தடிகளைப் பிடித்து ஒரே சமயத்தில் தூக்கி முன்னால் இருவரும், பின்னால் இருவரும் என தடிகளின் நான்கு முனைகளையும் தோளில் வைத்துக் கொள்கிறார்கள்.

ஊர்த் தலைவர் என்னை முன்னால் நடக்குமாறு சைகை செய்கிறார். அவரது உத்தரவுக்கேற்ப ஒரு பொம்மை போல நான் செயற்படுகிறேன்.

நாங்கள் அந்த ஊர்வலத்தில் நடக்க ஆரம்பிக்கிறோம். அம்மாவுக்கு முன்னால் ஊர்த் தலைவரும், நானும், அந்த அக்காவும், இன்னும் அங்கிருந்த ஆண்களும் நடக்கிறோம். எனது வகுப்பு மாணவர்களும், ஏனைய பெண்கள் எல்லோரும் அம்மாவின் பின்னால் நடந்து வருகிறார்கள்.

அம்மா 154

எமது வீட்டிலிருந்து இடுகாட்டுக்குச் செல்ல வெகுதூரம் நடக்க வேண்டும். மலையிலிருந்து ஒவ்வொரு பள்ளமாக இறங்கி இறங்கி நடந்து வந்து கடைசியில்தான் நெடுஞ்சாலைக்கு வந்து சேர வேண்டும். அதன் பிறகும் தொடர்ந்து நடந்து நெடுஞ்சாலையைக் கடந்து இடுகாட்டுக்குச் செல்லப் பள்ளம் இறங்க வேண்டும்.

மழை பெய்திருப்பதால் ஒற்றையடிப் பாதைகள் அனைத்துமே சேறு படிந்து மிகக் கடுமையாக வழுக்குபவையாகவும், சறுக்கி விழச் செய்பவையாகவும் இருக்கின்றன. அம்மாவைச் சுமப்பவர்கள் அவ்வப்போது வேறு வேறு ஆட்களுக்குக் கை மாற்றிக் கொண்ட போதிலும், கருமான் மட்டும் கை மாற்றிக் கொள்ளவேயில்லை.

ஊர்வலம் மிகுந்த அமைதியோடு நகர்ந்து கொண்டிருக்கிறது என்றாலும் அவ்வப்போது சில விம்மல்களும், கேவல்களும் ஒலிப்பது கேட்கிறது. நான் அமைதியாக நடக்கிறேன்.

32

அம்மாவுக்கு அஞ்சலி செலுத்துவதுபோல, ஊர்வலம் போகும் வழியிலிருக்கும் வீடுகள் அனைத்திலிருந்தும் ஆண்களும், பெண்களும், குழந்தைகளும் என அனைவருமே வெளியே வந்து தமது வீட்டு முற்றங்களில் அமைதியாக நின்று கொண்டிருக்கிறார்கள். சிலர் வந்து ஊர்வலத்தோடு இணைந்து நடக்கிறார்கள்.

எனது வகுப்பாசிரியரின் வீட்டின் முன்னால் ஊர்வலம் போகும்போது வகுப்பாசிரியரும், அவரது மனைவியும் அவர்களது வீட்டின் நுழைவாயிலருகே நிற்பதைக் காண்கிறேன். வகுப்பாசிரியர் எனதருகே வந்து என்னுடன் நடக்கத் தொடங்குகிறார்.

ஊமச்சியின் பிள்ளையே என்றும் மணல் மூட்டைக்காரியின் பிள்ளையே என்றும் அம்மாவையும், என்னையும் ஒருசேரக் கேவலப்படுத்தியவர் என்னுடனே கூட நடப்பது எனக்குள்ளே மிகுந்த ஒவ்வாமையை ஏற்படுத்துகிறது. ஏற்கெனவே இன்றைய நாளில் அவர் மீதான வன்மத்தை மனதுக்குள் வைத்துக் கொண்டு குமைந்து கொண்டிருக்கும் எனக்குள்ளே அவரது இந்த அருகாமை அவரைப் பழி வாங்குவதற்கான ஓர் அருமையான வாய்ப்பாகவும் தோன்றுகிறது.

இன்னும் சிறிது தூரம் நடந்து பள்ளமிறங்கும்போது யானைப் பாறை என்றோர் இடம் வரும். அந்த வளைவால் திரும்பும்போது கீழே ஒரு பெரும் பாதாளம் போல பள்ளம் தெரியும். அது குறைந்தது இருபது,

முப்பது அடிகள் ஆழமாவது இருக்கும். கூரான கற்பாறைகள் நீட்டிக் கொண்டிருக்கும் பள்ளமான அதில் அவரைத் தள்ளி விட்டால் உயிர் போகாது என்றாலும் கை கால்கள் உடைவது நிச்சயம்.

அந்த வலியையும், வேதனையையுமாவது அவர் அனுபவிக்க வேண்டும் என்று உள்ளுக்குள் ஆர்ப்பரித்துக் கிளர்ந்தெழும் வன்மத்தோடு நான் விரும்புகிறேன். அவ்வாறு விழுந்து அவருக்கு என்னவானாலும் அவருக்காக உண்மையில் கவலைப்படப் போகிறவர்கள் யாருமே இல்லை என்றுதான் எனக்குத் தோன்றுகிறது.

அவர் எனதருகே பாதையின் ஓரமாகத்தான் நடந்து வருகிறார். அந்தப் பள்ளம் வரும்போது, அந்த வளைவைத் தாண்டும்போது நான் தள்ளாடுவது போல நடித்து அவர் மீது சாய்ந்தால் கூடப் போதும். அவர் சட்டென்று அந்தப் பள்ளத்தில் விழுந்து விடுவார். அம்மாவுக்காக, இல்லை எனக்காக நான் இதைச் செய்தே ஆக வேண்டும். ஊமச்சியான மணல்மூட்டைக்காரியின் பிள்ளை இலேசுப்பட்ட ஆளில்லை என்பதை இனிமேலாவது அவர் உணர வேண்டும்.

செம்மண் பாதை முழுக்க சேறும், சகதியுமாக இருக்கிறது. மழை பெய்யப் போகும் இருளும், காட்டு மரங்களின் நிழலும் நாங்கள் நடந்து கொண்டிருக்கும் பாதையின் மீது இந்தப் பின்னேர வேளையிலும் அந்தகாரத்தைப் படியச் செய்திருக்கின்றன. எனது வன்மத்தைத் தீர்த்துக் கொள்ள இந்த இருட்டும் கூட எனக்கு இயற்கை அளித்திருக்கும் வாய்ப்பு என்றே நான் கருதுகிறேன்.

அண்மையிலிருக்கும் நகரத்தைக் குறிப்பிட்டு, தான் விடிகாலையில் முதல் பேரூந்திலேயே அங்கு ஒரு வேலையாகப் போயிருந்ததாகவும், இப்போதுதான் வீட்டுக்கு வந்ததாகவும், அதனால் எனது வீட்டுக்கு வர முடியாமல் போனதாகவும் அவர் மெதுவாக இரகசியமான தொனியில் எனது காதருகே முணுமுணுக்கிறார். அவரது பேச்சைப் பொருட்படுத்தவே கூடாது என்று எனக்குள்ளே தோன்றுகிறது.

இப்போது அவரது குரலில் தொனிக்கும் இந்தக் காருண்யம் இவ்வளவு காலமும் எங்கே போயிற்று?! ஒரு சிறு பிள்ளையைப் பேசக் கூடாத வார்த்தைகளால் பேசி தண்டித்த போதெல்லாம் எங்கே காணாமல் போயிருந்தன இந்தப் பரிதவிப்பும், பாசமும்?!

நான் எதுவும் பதில் பேசவில்லை. இவர் அந்தப் பாதாளத்தில் விழவே வேண்டும். இனிமேல் ஊரார் எல்லோரும் அந்தப் பாறையை யானைப் பாறை என்று அழைக்காமல் இவரது பெயரைச் சொல்லி இவர் விழுந்த பாறை என்று கேவலமாகக் குறிப்பிட வேண்டும் என்ற விபரீதமான எண்ணம் இப்போது எனக்குள்ளே எழுந்து ஒரு விதக் குரூரமான மகிழ்ச்சியைத் தோற்றுவிக்கிறது.

நான் வேண்டுமென்றே அவரைப் பிடித்து பள்ளத்தில் தள்ளி விட்டதாக எவரும் கண்டுபிடித்து விடக் கூடாது. ஆகவே அதில் கவனமாக இருக்க வேண்டும் என்ற தீர்மானம் எனக்குள் எழுகிறது. அவ்வாறு அவர் ஒரு தடவையாவது விழுந்து கை, கால்களை உடைத்துக் கொண்டால்தான் எந்தக் குற்றமும் செய்யாத தமது மாணவர்களை இவ்வாறெல்லாம் வீணாகத் திட்டக் கூடாது, கேவலப்படுத்தக் கூடாது, அவமானப் படுத்தக் கூடாது என்ற புத்தி அவருக்கு வரும்.

'உலகில் மோசமான மாணவர்களே இல்லை. ஒரு பாடசாலையில் மோசமான ஆசிரியர்கள் இருந்தால் அவர்களாலேயே மோசமான மாணவர்கள் உருவாகிறார்கள். அவ்வாறே மாணவர்களுக்கு பரிபூரணமான ஆசிரியர்கள் தேவையில்லை. மாணவர்களுக்குள் கற்றுக் கொள்ளும் ஆர்வத்தையும், பாடசாலைக்கு வருவதற்கான ஆசையையும் தூண்டக் கூடிய உத்வேகம் மிக்க ஆசிரியர்களே அவர்களுக்குத் தேவை' என்று ஒரு தடவை அதிபர் காலைக் கூட்டத்தில் உரையாற்றியது நினைவுக்கு வருகிறது.

அவ்வாறெனில், இந்த மோசமான ஆசிரியருக்கு நான் கொடுக்கப் போகும் தண்டனை இவரைப் போன்ற எல்லா ஆசிரியர்களுக்கும் ஒரு பாடமாக இருக்கட்டும் என்று தோன்றுகிறது.

33

அம்மாவுக்கான ஊர்வலம் வெள்ளையாரின் வீட்டிற்கு முன்னால் போகும்போது வெள்ளையாரும், அவரது மனைவியும் என்னருகே வந்து ஊர்வலத்தோடு இணைந்து கொள்கிறார்கள். அவளது கையில் ஒரு சிவப்புக் குடை இருக்கிறது. அவள் எங்கு போனாலும், அது மழையோ, வெயிலோ எதுவானாலும் அவளது கையில் ஒரு சிவப்புக் குடையிருப்பது தவறாது.

வெள்ளையார் என்று சொன்னால் நகரத்திலிருப்பவர்களும், மலைக்கிராமங்களில் இருப்பவர்களுமென எல்லோருமே அவரை அறிவார்கள். முறுக்கிவிட்ட நீண்ட வெள்ளை மீசையைக் கொண்ட வெள்ளையார் நகரத்தில் பிரதான சந்தியில் கடை வைத்திருக்கிறார். மலைக் கிராமங்களில் விளையும் கிராம்பு, சாதிக்காய், ஏலம், கருவா, இஞ்சி, மஞ்சள், கொக்கோ விதைகள் போன்ற வாசனைத் திரவியங்களையும், மூலிகைகளையும் கிராமத்தவர்கள் நகரத்துக்குக் கொண்டு சென்று அவரிடம்தான் விற்பார்கள்.

வெள்ளையார் மிகவும் கறுப்பாக இருப்பார். எந்தக் காலநிலையானாலும் அவர் தினந்தோறும் விடிகாலையிலேயே குளித்து தூய வெள்ளை நிறத்தில் சட்டையும், வேட்டியும் அணிந்து

கொள்வதனாலேயே அவருக்கு அந்தப் பெயர் வந்திருக்கிறது என்பார்கள்.

ஊருக்கு வரும் முதல் பேரூந்திலேயே நகரத்துக்குச் செல்லும் வெள்ளையார் தனது கடையைத் திறந்து உள்ளேயிருக்கும் நீண்ட பலகை வாங்கை எடுத்து கடைக்கு வெளியேயுள்ள அகலமான கடைத் திண்ணையில் போட்டு அதில் அமர்ந்திருப்பார். அதற்கு சில மணித்தியாலங்களுக்குப் பின்னர்தான் அவரது கடையின் பணியாளர்கள் இருவரும் வந்து அதே திண்ணையில் பாய்களை விரித்து முந்தைய நாட்களின் மூலிகைப் பொருட்களை அதில் பரப்பிக் காய வைப்பார்கள். கிழமைக்கு ஒரு தடவையோ, பத்து நாட்களுக்கு ஒரு தடவையோ அவரிடமிருக்கும் வாசனைத் திரவியப் பொருட்களையும், மூலிகைப் பொருட்களையும் வாங்கிச் செல்ல தலைநகரத்திலிருந்து லாறியொன்று வந்து போகும்.

நகரத்தின் பிரதான சந்தியில் அவரது கடை இருந்ததால், கிராமங்களிலிருந்து நகரத்துக்கு யார் யார் வந்து போகிறார்கள் என்பதை அவர் தினந்தோறும் அவதானித்துக் கொண்டிருந்தார். அவரது பார்வையிலிருந்து எவருமே தப்ப முடியாது. அவ்வழியால் நடமாடும் எல்லோரிடமும் அவர் நலம் விசாரிப்பார். அவருடன் ஒரு வார்த்தையாவது பேசாமல் யாராலும் அவ்விடத்திலிருந்து நகர முடியாது.

வெள்ளையாருக்கு நகரத்திலும், அயல் கிராமங்களிலும் தினந்தோறும் நடக்கும் அனைத்து விடயங்களும் தெரிந்திருந்தது. நகரத்துக்கு வருபவர்களுக்கு அவசரத்துக்குப் பணம் ஏதாவது தேவைப்பட்டால் அவர்தான் கடனாகக் கொடுத்து உதவுவார். கிராமத்தவர்களின் பொருட்களுக்கு நியாயமான விலை கொடுத்து அவர்தான் வாங்கிக் கொள்வார். ஆகவே எவரும் அவரைப் பகைத்துக்

கொள்ள விரும்புவதில்லை. பெரிய மீசையுடன் முரட்டுத்தனமான தோற்றதோடு இருந்தாலும், எப்போதும் சிரித்த முகத்தோடு இருப்பதால் அவரை எவராலும் பகைத்துக் கொள்ளக் கூட முடியாது என்றுதான் ஊரில் பேசிக் கொள்வார்கள்.

ஒரு புண்ணியாளனாக எல்லோரும் மதிக்கும் அவர் இதுவரை பேசியேயிராத ஓர் ஆள் என்றால் எனது அம்மாவாகத்தான் இருக்கும். தனக்கு ஏதாவது தேவையென்றால் எவருடனும் சைகை பாஷையிலாவது உரையாடும் எனது அம்மா அவருடன் மாத்திரம் அவ்வாறு கூட உரையாடி நான் கண்டதில்லை. இருவரும் ஒருவரையொருவர் மிகவும் மதித்து மரியாதையாக எப்போதும் நடந்துகொண்டார்கள். எமது தோட்டத்தில் விளைந்த இஞ்சி, மஞ்சள், ஏலம், நன்னாரி, கொக்கோ விதைகள் என்று இப்படி எதையாவது அம்மா நகரத்துக்கு விற்கக் கொண்டு போகும்போது, எனது சிறுவயதில் நானும் கூட வரும் நாட்களில் இதை நான் அவதானித்திருக்கிறேன்.

கடைச் சந்தியருகே அம்மா அந்தச் சாக்குமூட்டையைப் பேரூந்திலிருந்து இறக்கி வைக்கும்போதே அவர் தனது பணியாளை அனுப்பி தனது கடைக்கு அதைச் சுமந்து வரச் செய்வார். பின்னாலேயே வரும் அம்மாவை பலகை வாங்கின் ஓர் ஓரமாக அமர்ந்து கொள்ளச் சொல்வார். அம்மா திண்ணையில் கூட ஏறாமல் தெருவோரமாக நின்று கொண்டிருப்பாள். அதற்குள் பணியாள் அந்த மூட்டையை எடை பார்த்து அவரிடம் சொல்லியிருப்பான். அவர் அதற்குரிய பணத்தை எண்ணி அம்மாவிடம் கொடுப்பார். அம்மா அதை வாங்கி தனது சுருக்குப் பைக்குள் வைத்தவாறே அங்கிருந்து நடப்பாள். ஒவ்வொரு தடவையும் இதுதான் வழமை தவறாமல் நடந்து வந்தது.

ஊரில் பெண்கள் யாருக்கேனும் ஏதேனும் உதவிகள் தேவைப்பட்டால் ஓடோடி வந்து உதவி செய்பவளாக

வெள்ளையாரின் மனைவி இருக்கிறாள். தலைநகரத்தில் பிறந்து வளர்ந்து இந்த ஊருக்கு வாழ்க்கைப்பட்டு வந்தவள் என்பதாலும், திருமணம் முடிக்கும் முன்பு தலைநகரத்திலிருந்த பெரியாஸ்பத்திரியில் தாதியாக வேலை பார்த்தவள் என்பதாலும் யாருக்கேனும் அவசரத்துக்கு ஏதேனும் கடிதங்கள் எழுதத் தேவைப்பட்டாலோ, முதலுதவிகள் தேவைப்பட்டாலோ அவளைத்தான் தேடி வருவார்கள். அவற்றுக்கெல்லாம் பிரதியுபகாரமாக அவள் பணமோ, வேறு எதுவுமோ வாங்கிக் கொள்ளவே மாட்டாள்.

என்னைப் பாடசாலையில் சேர்ப்பதற்கான விண்ணப்பப்படிவத்தை நிரப்பவென அம்மா அவளிடம்தான் என்னையும் கூட்டிக் கொண்டு போனாள். அதுதான் நான் அவர்களது வீட்டுக்குப் போன முதல் தடவை. எம்மை அவளது அறைக்குக் கூட்டிக் கொண்டு போனவள் என்னை நன்றாகப் படிக்க வேண்டும் என்று அன்பாக அறிவுறுத்தியதோடு, நிறைய புத்தகங்கள் வாசிக்க வேண்டும் என்றும் அப்போதுதான் பல தரப்பட்ட நுண்ணறிவுகளும் சிறப்பாக வளரும் என்றும் கூறினாள்.

அன்று அந்த அறையிலிருந்த தனது புத்தக அலுமாரியை அவள் எனக்குத் திறந்து காட்டினாள். அவளிடம் நிறையப் புத்தகங்கள் இருந்தன. அதற்கு முன்பு புத்தகங்களை நான் கண்டிருக்கவேயில்லை என்பதால் அதில் அடுக்கி வைக்கப்பட்டிருந்த புத்தகங்களையே வெகுநேரம் ஒவ்வொன்றாகத் தொட்டுப் பார்த்துக் கொண்டிருந்தேன். நான் அவற்றை ஆவலாகப் பார்ப்பதை அம்மாவும், அவளும் சந்தோஷமாகப் பார்த்துக் கொண்டிருந்தார்கள்.

எழுத வாசிக்கத் தெரிந்த பிறகு எப்போது வேண்டுமானாலும் இந்த வீட்டுக்கு வந்து புத்தகங்களை வாசிக்குமாறும், தேவைப்பட்டதை எனது வீட்டுக்கு எடுத்துக் கொண்டு போய் வாசிக்குமாறும் அவள்

என்னிடம் அன்பாகக் கூறினாள். அன்று பேரீச்சம்பழமும், கற்கண்டும், விளாம்பழச் சாறும் தந்து அவள் எம்மை உபசரித்தமை நினைவிருக்கிறது.

எனக்கு எழுத வாசிக்கத் தெரிந்த பிறகு அவர்களது வீட்டில் எனது கால் படாத இடமே இல்லை எனலாம். என்னால் வாசிக்க முடிந்த அங்கிருக்கும் அனைத்து சிறுவர் புத்தகங்களையும் அங்கேயே இருந்தும், வீட்டுக்கு எடுத்துக் கொண்டு வந்தும் தினந்தோறும் வாசித்துக் கொண்டேயிருக்கிறேன். நான் மாத்திரமல்ல. ஊரிலும், அயல் கிராமங்களிலும் என்னைப் போன்ற வாசிப்பில் ஆர்வமுள்ள மாணவ மாணவிகள் பலரும் அந்த வீட்டுக்கு தினமும் புத்தகங்களுக்காக வந்து போகிறார்கள். எனவே எப்போதும் பகல்வேளைகளில் அவர்களது வீட்டில் யாராவது இருந்து கொண்டேயிருப்பார்கள்.

எழுத வாசிக்கத் தெரியாத வெள்ளையாரோ தனது மனைவியின் வேண்டுகோளின் பேரில் இந்தக் கிராமத்துப் பிள்ளைகளுக்காக தலைநகரத்திலிருந்து புதிது புதிதாக புத்தகங்களையும், சஞ்சிகைகளையும் தருவித்துக் கொண்டேயிருக்கிறார். அவர் தலைநகரத்திலுள்ள தனது மனைவியின் குடும்பத்தினருக்குத்தான் வாசனைத் திரவியங்களையும், மூலிகைப் பொருட்களையும் மொத்தமாக அனுப்பி வைக்கிறார். அவை தலைநகரத்திலிருந்து வெளிநாடுகளுக்கு ஏற்றுமதி செய்யப்படுகின்றனவாம். அவர்கள்தான் அவள் குறித்துக் கொடுக்கும் அந்தப் புத்தகங்களை வாங்கி வெள்ளையாரின் கடைக்கு அனுப்பி வைக்கிறார்கள்.

வெள்ளையாரின் மனைவி அழகானவள் என்பதாலும், நல்ல சிவப்பு என்பதாலும் அவளுக்கும், வெள்ளையாருக்கும் ஜோடிப் பொருத்தம் சரியாக அமையவேயில்லை என்றுதான் அவர்கள்

திருமணம் முடித்த காலத்தில் ஊருக்குள் பேசிக் கொண்டார்களாம். ஆனால் அதைப் பொய்யாக்கும்படியாகத்தான் அவர்கள் இருவரும் ஊருக்குள் மிகுந்த ஒற்றுமையோடு வாழ்ந்து காட்டிக் கொண்டிருக்கிறார்கள் என்று தோன்றுகிறது.

அவர்கள் இருவரும் சண்டை பிடித்து இதுவரை யாரும் கண்டதேயில்லை. ஊரிலும், அயல் கிராமங்களிலும் நற்பெயரோடு விளங்கும் அவர்களைப் பற்றி இதுவரை யாரும் குற்றம், குறைகள் கூட சொன்னதேயில்லை.

அவர்களது ஒரே மகள் தலைநகரத்தில் மருத்துவக் கல்லூரியில் படித்துக் கொண்டிருக்கிறாள். அவள்தான் எமது கிராமத்திலிருந்து முதன்முதலாக பல்கலைக்கழகம் போன மாணவி. அவளை முன்மாதிரியாகக் கொண்டே ஊரில் நான் உட்பட பலரும் படித்துக் கொண்டிருக்கிறோம். அந்தத் தம்பதிகள் இருவருமோ தம்மால் இயன்றளவு ஊருக்கு நல்லதைச் செய்து கொண்டிருக்கிறார்கள். சமூகத்துக்கு முன்மாதிரியாக வாழ்வதென்றால் இப்படித்தான் வாழ வேண்டும், இல்லையா?!

34

அம்மாவுடன் சேர்ந்து காட்டிலிருந்து புல்லுக்கட்டும், விறகும் சுமந்துகொண்டு வரும் பெண்கள் பலரும் ஊர்வலத்தில் பின்னால் நடந்து வருவது பின்னால் திரும்பிப் பார்க்கும்போது தெரிகிறது. எமக்கு முன்னால் அயல் வீட்டு நாய் ஓடிக் கொண்டிருக்கிறது. அதை யாரும் தடுக்கவோ, வேறு பாதைக்குத் துரத்தி விடவோ இல்லை.

வழமையாக கடும் மழை பெய்து ஓய்ந்த நாட்களில் இந்தப் பாதையில் ஈரச் சருகு இலைகளும், காட்டுச் சுள்ளிகளும் நிரம்பி செம்மண் பாதையே தென்படாத இடங்களும் காணப்படும். எனது சிறுவயதில் இவ்வாறாக சருகுகள் மூடுண்ட பாதைகள் வழியே போகும்போது பாட்டியோ, அம்மாவோ என்னைத் தூக்கி இடுப்பில் வைத்துக் கொள்வார்கள். பாம்போ, தேளோ, பூரானோ இலைகளுக்கடியில் இருந்து கால்களைத் தீண்டி விடும் என்பாள் பாட்டி.

இன்று அம்மாவின் மரண ஊர்வலம் போகவிருக்கிறது என்பதாலோ என்னவோ இந்தச் செம்மண் பாதை யாராலோ கூட்டிப் பெருக்கி துப்பரவாக வைக்கப்பட்டிருப்பதைக் காணக் கூடியதாக இருக்கிறது. அந்தப் பள்ளத்தினருகே இந்தப் பாதை எவ்வாறு இருக்குமோ தெரியாது.

மழை விட்டிருப்பதாலோ, மீண்டும் பெய்யப் போகும் அறிகுறி தென்படுவதாலோ என்னவோ அணிலொன்று தெருவோரமாக இருக்கும் வாதுமை மரத்தின் கிளைக்குக் கிளை தாவி எங்கோ போய்க் கொண்டிருப்பது தெரிகிறது. கமக்காரனின் வீட்டின் முன்னால் போகும்போது மாடுகள் கத்தும் சத்தம் வழமை போலவே கேட்கிறது. மழை ஈரத்தில் நனைந்த மாட்டுச் சாணத்தினதும், வைக்கோலினதும் வாடை தெரு வரைக்கும் வருகிறது.

மழைக்காலங்களில் அந்த வழியால் போகும்போது அந்த வாடை வருவது பொதுவானதுதான். ஊரில் யாரிடமாவது பாலும், தயிரும் விற்கும் இடத்தை விசாரித்தால் இப்படியே இந்த வழியே நடந்து செல்லுங்கள், ஓரிடத்தில் கெட்டியான மாட்டுச் சாண வாடை வரும். அந்த வீடுதான் என்பார்கள்.

கமக்காரனின் மாடுகளை மேய்ச்சலுக்குக் கூட்டிச் செல்லும் அவனது மகனுக்கும் எனது வயதுதான். மாடுகளைப் பார்த்துக் கொள்ள ஆளில்லை என்ற காரணத்தைச் சொல்லி அவனைப் பாடசாலைக்கு அனுப்பவில்லையாம் கமக்காரன். அந்தப் பையனும் வந்து எமக்குப் பின்னால் ஊர்வலத்தில் இணைந்து கொள்வதைக் காண்கிறேன்.

நான் பாடசாலைக்குப் போகும்போது அவனும் மலைக்கு மேய்ச்சலுக்கு மாடுகளைக் கூட்டிச் செல்வதை எப்போதாவது காண்பேன். மேய்ச்சலுக்காகப் போகும்போது நீண்ட கழியொன்றைக் கையில் வைத்திருப்பான். பாதையில் அவனைக் கண்டால் நானே முந்திக் கொண்டு அவனுடன் கதைப்பேன். அவனது சக வயதினர்களில் நான் மாத்திரம்தான் அவனுடன் கதைப்பதாக அவன் கவலையோடு சொல்வான்.

நகரங்களிலெல்லாம் ஒருவன் ஒரு நாயை சங்கிலியால் பிணைத்து தெருவில் கூட்டிச் சென்றால் அவனை ஐயா என்று அழைத்து

மதிப்பதாகவும், அதுவே ஒருவன் நூறு மாடுகளைக் கூட்டிச் சென்றால் அவனைத் தாழ்ந்த சாதிக்காரன் என்று சொல்லி இழிவாகக் கருதுவதாகவும் அவனது தந்தை சொன்னதாக அவன் ஒருநாள் என்னிடம் சொல்லி வருத்தப்பட்டான். அந்த நிலைமைதான் இப்போது ஊருக்குள்ளும் கொஞ்சம் கொஞ்சமாக வந்து கொண்டிருக்கிறது என்றான்.

இத்தனைக்கும் ஊருக்குள் பலரும் அவர்களிடம்தான் தினமும் பாலும், தயிரும் வாங்கிக் கொண்டிருக்கிறார்கள். தமக்குத் தேவையான காட்டுப் பழங்களையும், மருந்து மூலிகை இலைகளையும், வேர்களையும் அவனிடம் சொல்லித்தான் தேடிப் பெற்றுக் கொள்கிறார்கள்.

தமக்கு எவ்வளவுதான் உதவி புரியும் மனிதர்களாக இருந்தாலும் அவர்கள் பகட்டாக வாழவில்லையென்றால் ஊரார்கள் அவர்களை மதிக்கவே மாட்டார்கள் என்று தோன்றுகிறது. எங்கே அவர்கள் முன்னேறி செழிப்பானவர்களாக மாறினால் தமக்குக் கிடைத்துக் கொண்டிருக்கும் உதவிகள் அதன் பிறகு கிடைக்காமல் போகுமோ என்ற பயம்தான் ஊராரை அவ்வாறு வழிநடத்துகிறது என்று நினைக்கிறேன்.

35

அம்மாவைச் சுமந்து செல்லும் ஒற்றையடிப் பாதையின் இருமருங்கிலுமிருக்கும் மரங்கள் மெதுமெதுவாக எம்மை விட்டு விலகிச் செல்கின்றன. தொலைவிலிருந்து பார்க்கும்போது மலைச்சரிவில் இருக்கும் காட்டினுள் நெடிதுயர்ந்திருக்கும் விருட்சங்களின் அடிப்பாகம் கருமையாக இருப்பது தெரிகிறது.

வெயிலடிக்கும் நாட்களில் பாடசாலை விட்டு வரும்போது இதே இடத்தில் வைத்து நான் காட்டினை ஏறிட்டுப் பார்ப்பதுண்டு. அப்போதும் இவ்வாறு மரங்களின் அடிப்பாகம் கருமையாகத்தான் தென்படும் என்றாலும் அவற்றின் உச்சிகளில் வெயில் பட்டு ஒரு பிரகாசமான பச்சைக் கடல் போல காடு அலையடித்துக் கொண்டிருக்கும். அந்த பசிய கடலின் கற்றை இலைகள் வழியாக ஊடுருவும் வெயில் கீற்றுகள் பெருவிருட்சங்களுக்கு அடுத்தபடியாக கீழேயுள்ள சிறிய மரங்களின் மீதுதான் விழுமேயொழிய தரையையோ வேரையோ தொடாது. ஆகவேதான் இந்த மலைக்காடுகளில் எல்லாம் மரங்களின் அடிப்பாகங்கள் பெரும்பாலும் இருளடர்ந்தும், பாசி பிடித்தும் காணப்படுகின்றன.

அம்மாவின் வாழ்க்கையும் இப்படித்தானே இருளடர்ந்து கிடந்தது. என்னை அவள் உச்சியிலேற்றி வைத்திருந்ததால் அந்த வேருக்கு

வெளிச்சம் தர முயன்ற வெயிலை கீழே வர விடாமல் முழுவதுமாக நான்தானே அபகரித்துக் கொண்டேன்?!

அந்தப் பசிய கடலுக்கும், பசுமைக்குக் காரணமான வேருக்கும் இடையிலான தொடர்பும், உயிரோட்டமும் இந்த ஆசிரியரால்தானே பிளவுபட்டது?! ஆகவே அதற்குக் காரணமானவரைப் பழிவாங்குவதில் எந்தப் பிழையுமில்லை என்றுதான் எனக்கு மீண்டும் மீண்டும் தோன்றுகிறது.

என்ன நினைத்துக் கொண்டாளோ, அந்த அக்கா திடீரென்று எனது தோளைத் தட்டிக் கொடுக்கிறாள். பின்னர் எனது கையைப் பிடித்துக் கொண்டு தளர்வாக நடக்கிறாள். அவளும் என்னைப் போலவே வெகுவாகக் களைத்துப் போயிருக்கிறாள் என்று நினைக்கிறேன். அவளை விட நான் உயரமாக வளர்ந்திருக்கிறேன். அம்மாவைப் போல இல்லை நான். அப்பாவைப் போல உயரமாக வளர்கிறேனாக இருக்கும்.

எதுவும் பேசாமல் தட்டிக் கொடுப்பதன் மூலம் எனக்கு அந்த அக்கா ஆறுதல் சொல்கிறாள் போலும். அவளது கண்களிலிருந்துதான் தொடர்ச்சியாக கண்ணீர் வழிந்துகொண்டேயிருக்கிறது. உண்மையில் இப்போது அவளுக்குத்தான் ஆறுதல் தேவைப்படுகிறது எனவும், எனது மனதில் இந்த நொடியில் கவலையேதுமில்லை எனவும், அபரிமிதமான குற்றவுணர்ச்சியும், என்னை அநாதரவாக விட்டுப் போகும் அம்மாவின் மீதான கோபமும், அந்த ஆசிரியர் மீதான வன்மமும்தான் என்னுள்ளே இந்தக் கணத்தில் நிறைந்திருக்கின்றன என்றுமே எனக்குத் தோன்றுகிறது.

36

அம்மாவின் ஊர்வலம் மெதுவாகத்தான் நகர்கிறது. தமது வெள்ளாடுகள் ஒன்றிரண்டோடு தெருவில் எதிர்ப்பட்ட சிறுமிகள் இருவர் அவசர அவசரமாக ஆடுகளையும் இழுத்துக் கொண்டு ஓரமாக நகர்ந்து ஊர்வலத்துக்கு வழிவிடுகிறார்கள். மரணத்தைப் பற்றியோ, இழப்புகளைப் பற்றியோ ஏதுமறியாப் பருவத்திலிருக்கும் சிறுமிகள் இருவர் இவ்வாறு ஊர்வலத்துக்கு வழிவிட்டு ஒதுங்கி நிற்பது மனதுக்கு இதமாக இருக்கிறது.

எனது சக வகுப்பு மாணவனொருவனது வீட்டை நாங்கள் கடந்து கொண்டிருக்கிறோம். அவன் எம்முடன்தான் ஊர்வலத்தில் வந்து கொண்டிருக்கிறான். அவனது வீட்டு வாசலில் அகலமாகப் பந்தல் போடப்பட்டிருக்கும் திராட்சைக் கொடியில் பச்சைக் காய்கள் குலை குலையாகத் தொங்குவது தெரிகிறது. அவனது தங்கைகள் இருவரும் அந்தப் பந்தலுக்குக் கீழே நின்று கொண்டிருக்கிறார்கள்.

இன்னும் பாடசாலைக்குப் போகும் வயது வராத சிறுமிகள் அவர்கள். அதில் ஒரு குழந்தைக்கு மேலுதடு மூக்கு வரை பிளந்திருக்கிறது. திராட்சை இலைகளிலும், காய்களிலும் தேங்கியிருக்கும் மழைத் துளிகள் ஆங்காங்கே அவர்கள் மீது சொட்டுகின்றன. சிலிர்த்தவாறே அவர்கள் இருவரும் ஊர்வலத்தில்

போய்க் கொண்டிருக்கும் தமது அண்ணனைக் கை காட்டிச் சிரிக்கிறார்கள். அவர்களது அந்தச் செயலில் சட்டென்று என் மனதில் இனம்புரியாத ஒரு பேரின்ப உணர்வு தோன்றுகிறது.

பெற்ற அம்மாவின் மரண ஊர்வலத்தில் இவ்வாறெல்லாம் மகிழ்ச்சி தோன்றவே கூடாதுதான். தனது பிள்ளை தனது மரணத்தில் ஒரு கணமேனும் மகிழ்ச்சியடையப் போகிறது என்று முன்பே தெரிந்திருந்தால் அம்மா நான் பிறந்த உடனேயே முகம் சுளித்து எனது கழுத்தைத் திருகிப் போட்டிருப்பாளோ?! என்றாலும் இவ்வாறும் தோன்றச் செய்யும் மனதை என்னதான் செய்ய முடியும்?! ஒருவேளை எனக்குப் பைத்தியம் பிடித்துக் கொண்டிருக்கிறதோ?!

இந்த எண்ணம் எனக்குள் தோன்றியதும் நான் நேராகப் பார்த்து நடக்கிறேன். எனக்குப் பின்னால் அம்மாவைச் சுமந்திருப்பவர்களும் இன்னும் பலரும் அமைதியாக நடந்து வருகிறார்கள்.

இப்போது ஒவ்வொருவர் மனக் கண்ணாடிகளிலும் அம்மா ஒவ்வொரு மாதிரியான, வெவ்வேறான விம்பங்களாகப் பிரதிபலித்துக் கொண்டிருக்கக் கூடும் என்று தோன்றுகிறது.

எந்தச் சந்தர்ப்பத்திலும் ஒருபோதும் சோர்ந்து கிடந்தவளில்லை அம்மா. எங்கு வீழ்ந்தாலும் உடனடியாக எழுந்து நின்றவள். தானிருக்கும் இடத்தையே, தன்னைச் சுற்றியிருப்பவர்களையே தாங்கி நிமிர்த்தி விட்டவள் அவள். பாட்டி காலமான வேளையில் அவளது மன உறுதி வெகுவாகத் தளர்ந்து போயிருக்கும்தான். ஆனால் அந்த இடத்திலேயே நின்று தேங்கி விடாமல் தன்னைத் தேற்றிக் கொண்டு பாட்டிக்கும் சேர்த்துத் தனியாளாக உழைத்து உயர்ந்து நின்றவள் அவள்.

ஆசிரியரின் மனதில் அவள் ஊமச்சியாகவும், மணல் மூட்டைக்காரியாகவும் தெரிவதைப் போல அவளை அறிந்த

ஒவ்வொருவர் மனதிலும் அவள் ஏதோவொரு வடிவத்தில் இருக்கத்தானே செய்வாள்?! எத்தனை பேரால்தான் அதை வெளிப்படையாகச் சொல்ல முடியும்?!

அந்த அக்கா என்றால் அவளது திருமண நாளில் மாப்பிள்ளை வீட்டுக்கு விடைபெற்றுப் போகும்போது அம்மாவையும், என்னையும் கட்டிப் பிடித்தழுதாள். உன்னுடைய அம்மா என்னுடைய சொந்த அம்மா மாதிரிம. அவளை நல்லவிதமாகப் பார்த்துக் கொள் என்று என்னிடம் வலியுறுத்திக் கூறி விடைபெற்றாள். அவளைப் போல எல்லோராலும், என்னுடைய அம்மா அவர்களுக்கு யாராக இருந்தாள் என்பதை வெளிப்படையாகச் சொல்லி விட முடியுமா என்ன?! அது அதற்கு என்றொரு சந்தர்ப்பம் வாய்க்க வேண்டும், இல்லையா?!

அக்காவின் அறிவுரைக்கேற்ப நான் அம்மாவைப் பத்திரமாகவும், நல்லவிதமாகவும் பார்த்துக் கொள்ளத் தவறி விட்டேனென்ற குற்றவுணர்ச்சி மீண்டும் எனக்குள்ளே மிகைக்கிறது.

37

அம்மாவை விடவும் மூத்தவர்களான தையல்கார வீட்டிலிருக்கும் சகோதரிகளான நான்கு பெண்களும் தமது வீட்டிலிருந்து வெளியே வந்து தலைவாசலின் இரண்டு புறங்களிலுமுள்ள திண்ணைகளில் இருவர் இருவராக நின்றுகொண்டு ஊர்வலத்தைப் பார்த்துக் கொண்டிருப்பது தெரிகிறது.

அந்தத் தையல்கார வீட்டில்தான் ஊரிலிருக்கும் பெண்கள் எல்லோரும் தமது ஆடைகளைத் தைத்துக் கொள்வார்கள். ஆண்கள் யாருமற்ற வீடு அது. எனக்குத் தெரிந்த காலத்திலிருந்து அந்தப் பெண்களின் கூந்தல்களில் ஒரு கருத்த மயிரைக் கூட நான் கண்டதாக நினைவில்லை.

அவர்களில் யார் மூத்தவர், யார் இளையவர் என்பதை இனங்கண்டு கொள்ள முடியாத விதத்தில் ஒரே உயரம், ஒரே நிறம், நீண்ட சுருண்ட வெள்ளைக் கூந்தல் என நால்வருமே எப்போதும் ஒன்றுபோலவே இருப்பார்கள். தமது கூந்தல்களையும் கூட அவர்கள் ஒரே மாதிரியாக இரட்டைப் பின்னல் போட்டிருப்பார்கள். ஒல்லியான அவர்கள் எப்போதும் ஒரே மாதிரியாக வெள்ளைப் பருத்திச் சட்டையும், வெள்ளைப் பாவாடையும்தான் அணிந்திருப்பார்கள். பொதுவாக தமது வீட்டை விட்டு வெளியே வராத அவர்கள் எப்போதாவது தமது

வீட்டுக் கிணற்றில் தண்ணீர் வற்றிய காலத்தில் ஆற்றுக்குக் குளிக்கவோ, துணியோ நூல் கண்டுகளோ வாங்க நகரத்துக்கோ போவதென்றாலும் கூட நால்வரும் ஒன்று போல நேர்த்தியாக ஆடையணிந்து ஒன்றாகப் போய் வருவதைக் காணலாம்.

பாட்டியுடனும், அம்மாவுடனும் எனது சிறுவயதில் தையல்கார வீட்டுக்குப் போயிருக்கிறேன். அத்தனை அன்பாகக் கதைக்கும் வேறு பெண்களை இதுவரை நான் கண்டதேயில்லை. அவர்களது வீட்டுக்கு எப்போது போனாலும் கொய்யாப் பழங்களோ, மேரி பிஸ்கட்டோ, வாழைப்பழங்களோ தராமல் அவர்கள் என்னை அனுப்பிய தேயில்லை.

திண்ணையோடு ஒட்டியிருக்கும் கூடத்தில்தான் அவர்கள் இரண்டு தையல் இயந்திரங்களைப் போட்டிருக்கிறார்கள். அந்தக் கூடத்திலிருக்கும் அகன்ற பெரிய ஜன்னல்கள் இரண்டும் திண்ணையை நோக்கித்தான் திறக்கும். அவர்கள் நினைத்திருந்தால் வீட்டினுள்ளே இருந்துகொண்டே ஜன்னல் வழியாக ஊர்வலத்தைப் பார்த்திருக்கலாம். அம்மாவுக்காகத்தான் அவர்கள் வெளியே வந்து இவ்வாறு திண்ணையில் நின்றுகொண்டிருக்கிறார்கள் என்று எனக்குத் தோன்றுகிறது.

இந்த நேரத்தில் இந்த விஷயம் மிகவும் அற்பமானது, சிந்திக்கத் தகுதியற்றது என்று கூட எவரும் கருதலாம். ஆனால், அந்தப் பெண்கள் நால்வரும் அம்மாவுக்காகத்தான் வெளியே வந்தார்கள் என்று கருதுவதால்தான் என்னவாகப் போகிறது?!

அவர்களது வேலியோரமாக இதோ ஈரத் தரையில் உதிர்ந்து கிடக்கின்றனவே ஆவாரம் பூக்களும், நந்தியாவட்டைப் பூக்களும். இவை கூட அம்மாவுக்கு அஞ்சலி செலுத்தத்தான் உதிர்ந்திருக்கின்றன என்று நினைத்துக் கொள்வதால் என்னவாகப் போகிறது?! மேலே

மலையிலிருந்து வழிந்து வந்து ஆங்காங்கே இந்த ஒற்றையடிப் பாதைக்குக் குறுக்காக ஓடிக் கொண்டிருக்கும் இந்தத் தண்ணீர் அம்மாவுக்காகத்தான் மேலேயிருந்து கீழே இறங்கிக் குட்டிக் குட்டி நீரோட்டங்களாக வழிகின்றன என்று எனக்கு நானே சொல்லிக் கொள்வதால் என்னதான் நடந்து விடப் போகிறது?!

இவ்வாறான நினைப்புத்தான் இப்போது எனக்கு சிறிதேனும் ஆறுதலைத் தருகிறது என்றால் அப்படியே நினைத்துக் கொள்கிறேனே! அதனால் யாருக்கு என்ன நஷ்டம் வந்துவிடப் போகிறது?!

38

அம்மாவும் இல்லாத இந்த உலகத்துடன் இனிமேல் என்னைக் கட்டிப் போட என்னதான் இருக்கிறது என்று எனக்குத் தோன்றுகிறது. எதிர்காலம் குறித்த எதையும் என்னால் இப்போது கற்பனை செய்து கூட பார்க்க முடியவில்லை.

இந்த ஆசிரியரால் அம்மாவுக்கும், எனக்குமிடையே நாளுக்கு நாள் நான் இட்டு வந்த எல்லைக் கோடுகளைப் பற்றி இவர் புரிந்து கொள்ள வேண்டும். தனது தவறால் ஒரு குடும்பத்தில் பிளவு ஏற்பட்டிருந்ததை இவர் உணர வேண்டும்.

இந்தக் கிராமத்தில் இவர் இப்போது பாதாளத்தில் விழுந்து மரித்தால் கூட அம்மாவுக்காகச் செய்யப் போகும் இந்தப் பழிவாங்கலை எனது வீரமானதும், கௌரவமானதுமான செயலாகத்தான் நான் கருதுவேன். இப்படிப்பட்டவர் எமது பாடசாலைக்கு வேண்டாம். ஏன், இந்தக் கிராமத்துக்கே வேண்டாம்.

இந்த எண்ணம் எனக்குள் உஷ்ணமேற்றுகிறது. எனக்கும், அம்மாவுக்கும் இடையிலிருந்த நெருக்கத்தை, அன்பான அணுகுமுறைகளை, அந்தப் பாசத்திலிருந்த வசீகரத்தை, அந்த மகிமையை இவரின் வார்த்தைகள்தானே சிதைத்தன?! ஆகவே இவரைக் கொல்வதோ, காயப்படுத்துவதோ தப்பில்லையே?!

விதியில் நியமிக்கப்பட்ட எதையும் மாற்றும் சக்தி மனிதர்களுக்கு இல்லை என்றும், முன்னரே வரையப்பட்ட பாதையில் நடப்பதே எல்லாமும் எனவும் எமது சமயப் பாட ஆசிரியர் அடிக்கடி சொல்வார். அவர் என்னதான் அப்படிச் சொன்னாலும் கூட, அவர் சொல்வது உண்மையாகவே இருந்தாலும் கூட விவேகமுள்ள எவரும் தனது முறைக்காகக் காத்திருக்கத்தானே செய்வார்கள்?!

முன்பெல்லாம் சமயப் பாட ஆசிரியர் ஏதாவது போதிக்கும்போது மாணவர்களான நாங்கள் எவரும் அவரிடம் எந்தக் கேள்விகளையும் எழுப்பவே மாட்டோம். அவர் கூறுவதை பேசாமல் கேட்டுக் கொண்டிருப்போம். அவர் பல தரப்பட்ட விடயங்கள் குறித்துப் பேசுவார். அனுபவங்கள் மூலம் அவர் கற்றுக் கொண்டவை, அவரது ஆர்வத்தைத் தூண்டிய விடயங்கள், அன்றாட வாழ்க்கைச் செயற்பாடுகள் என்று பலவற்றைப் பற்றியும் உதாரணமாகக் கூறி அவற்றின் மூலம் பாட விடயங்களைக் கற்பிப்பார்.

போகப் போக மாணவர்களுக்கு அவரது அந்தக் கதைகளின் மீதிருந்த விசித்திரமான மோகம் குறைந்து இப்போதெல்லாம் அவர் கற்றுக் கொடுக்கும்போது சமய விவகாரங்களிலும், ஆன்மீக விடயங்களிலும் சந்தேகங்களை எழுப்பத் தொடங்கியிருக்கிறார்கள். அந்தச் சந்தேகங்களுக்குப் பதிலளிக்க சில சமயங்களில் அவரும் கூட தடுமாறுவார்.

உலகில் எல்லோரும் என்ன அதிமேதாவியாகவா இருக்கிறார்கள்?! எல்லோருமே அந்தந்தக் கணத்தில் அவரவர்க்கு சரியென்று தோன்றியதைத்தானே சொல்கிறார்கள்?! செய்கிறார்கள்?! இயற்கை கூட அதற்குச் சரியென்று தோன்றியதைத்தானே தொடர்ந்தும் செய்து கொண்டிருக்கிறது?! இதோ இந்த அடைமழைக் காலத்துக்குப் பிறகு ஒரு நாள் கோடை காலம் வந்துதானே தீரும்?!

எம். ரிஷான் ஷெரீப்

கோடை காலத்தில் இந்த மலைகளில் ஏறுவதற்கென்றே அருகிலும், தொலைவிலுமிருக்கும் நகரங்களிலிருந்து அந்நிய ஆட்கள் பலரும் இந்த மலைக் கிராமங்களுக்கு வருவார்கள்.

அவர்கள் நாங்கள் இதுவரை நடந்து வந்த இதே வழியால்தான் நடந்து போய், எமது வீட்டையும் தாண்டி, செல்லாச்சி வீட்டையும் கடந்து, அந்த ஓநாய் கொண்டு போன குழந்தையிருந்த வீட்டையும் தாண்டி மலையில் மேலே மேலே ஏறிப் போவார்கள். கோடை காலம் என்பதால் பாறைகள் வழுக்காது. எங்கும் நீரோட்டங்களும் இருக்காது. குடிதண்ணீரையும் கூட சுமந்துகொண்டுதான் மேலே ஏறுவார்கள்.

இலையுதிர்ந்த மரங்களினூடாக நடந்து நடந்து மலையின் உச்சிக்குப் போனால் அங்கு காய்ந்த கோரைப் புற்களும், குட்டையான மரங்களும், புதர்களும் அடர்ந்திருக்கும் சம தரைப் பாறைச் சரிவுகள் இருக்கும். அங்குதான் அவர்கள் இரவில் கூடாரமடித்துத் தங்குவார்கள். மலையேறிய களைப்பு நீங்க நன்றாக ஓய்வெடுத்துவிட்டு சரியான நேரம் வாய்க்கும்போது அடர்ந்த காட்டினுள்ளே போய் காட்டுப் பன்றியையோ, மானையோ, முயலையோ, சருகு மானையோ, காட்டுக் கோழியையோ வேட்டையாடி அங்கேயே சுட்டுச் சாப்பிடுவார்கள்.

காடு எல்லோருக்கும் சொந்தமானதுதானே?! ஆகவே கிராமவாசிகளுக்கு இவையெல்லாம் ஒரு பிரச்சினையேயில்லை. ஆனால் இவ்வாறு வந்து கூடாரமடித்துத் தங்கும் அந்நியர்கள் மலைச் சரிவுகளில் தாம் மூட்டும் தீயை அணைக்காமல் செல்வதுதான் பின்னர் பெரும் விபரீதத்தை ஏற்படுத்தும். அதுதான் கிராமவாசிகளுக்கு பெரும் பிரச்சினையாக அமையும்.

காடு பற்றிக் கொள்ளத்தான் ஒரு சிறு தீப்பொறி இருந்தாலும் போதுமே. பகலில் மலையுச்சிகளில் வீசும் அனல் காற்று அந்தத் தீப் பொறிகளைக் கொழுந்து விட்டெரியச் செய்யும். அருகில் கோரைப்

புற்களோ, காய்ந்த புதர்களோ இருந்தால் அவ்வளவுதான். தொடர்ந்து தீவிரமாகப் பற்றியெரியும் மலைக்காட்டின் தீப் பொறிகள் எமது கிராமத்துக்குக் குறுக்கே ஓடும் ஆறுவரைக்கும் பரவி வந்து அங்கிருக்கும் மரங்களையும் தின்றுவிட்டுத்தான் ஓயும்.

தீயின் ஆபத்து ஒரு புறமென்றால், தீயிலிருந்து தப்பிப் பயந்து வீடுகளுக்கு ஓடி வரும் விலங்குகளின் தொந்தரவு மறுபுறம் என அந்தக் காலத்தில் அனைத்துமே கிராமவாசிகளைப் பெருமளவில் அச்சுறுத்தும். காட்டு விலங்குகள் ஊருக்குள் வரப் பழகிவிட்டால் அவ்வளவுதானே?! மனிதர்களுக்கும், வீட்டுப் பிராணிகளுக்கும், பயிர்நிலங்களுக்கும் பேரழிவுகளையும், உயிராபத்துகளையும் ஏற்படுத்தி விட்டுத்தான் அவை ஓயும்.

அவ்வாறான துன்பகரமான அனுபவங்கள் பலவும் கிராமத்துவாசிகளுக்கு நிறைய இருந்ததனால் இப்போதெல்லாம் கோடை காலங்களில் மலையேறச் செல்லும் அந்நியர்களுக்கு அவர்கள் மலையேறும் முன்பே, மலையேறுபவர்கள் என்னவெல்லாம் செய்ய வேண்டும், என்னவெல்லாம் செய்யக் கூடாது என்பதைக் குறித்து ஊர்த் தலைவர் உபதேசிப்பார். திடகாத்திரமான ஊர் இளைஞர்கள் சிலரும் அந்த அந்நியர்களோடு கூடச் செல்வார்கள்.

அந்த அந்நியர்களும் கூட அவ்வாறு ஊராட்கள் தம்முடன் வருவதை வேண்டாம் என்று சொல்ல மாட்டார்கள். ஊராட்கள் வருவது அவர்களுக்கும் பாதுகாப்பு என்பதோடு, வேட்டை நுணுக்கங்களையும், காட்டைக் குறித்தும் ஊராட்களிடமிருந்து அவர்கள் கற்றுக் கொள்வார்கள்.

அவ்வாறு மலையேற வரும் நகரத்தவர்களுக்கு ஊர்த் தலைவர் இதோ இப்போது நாங்கள் நடந்துகொண்டிருக்கும் தெருவோரமாகக் காணப்படும் இந்த வெட்ட வெளியில் வைத்துத்தான் உபதேசம் செய்வார். வெட்ட வெளியென்று சொல்லப்படும் இந்த இடம்

மாத்திரமே எமது கிராமத்தில் சம தரையாக ஒரு மைதானம் போல பரந்திருக்கும் ஓரிடம்.

முழுவதுமாக தட்டையான கரும்பாறை பரந்திருக்கும் வெட்ட வெளியான இந்த இடத்தில் எல்லையில் தெரியும் ஒரு சில தென்னை மரங்களையும், யார் நட்டதென்று தெரியாத சீமை செம்மாதுளை மரத்தையும் தவிர்த்து வேறு மரங்களேயில்லை. அதனால் அந்நியவர்களுக்கு மாத்திரமல்லாமல் ஊர் மக்களுக்கு ஏதாவது உபதேசம் செய்யத் தேவைப்பட்டாலும், ஏதாவது சிறிய வைபவங்கள் எடுப்பது என்றாலும் அதற்கு இந்த இடம்தான் பயன்படுத்தப்படுவதுண்டு.

39

அம்மாவைச் சுமந்துகொண்டு இவ்வளவு தூரம் நடந்து வந்தவர்கள் ஊர்த் தலைவரின் கட்டளைப் பிரகாரம் தாம் கொண்டு வந்திருக்கும் வெள்ளைத் துணியை அந்த வெட்டவெளியின் நடுவே பாறையில் விரித்து அதன் மீது மூங்கில் பாடையை வைக்கிறார்கள். பின்னர் அனைவரும் அம்மாவைச் சூழ நின்று கொள்கிறார்கள்.

நானும், அந்த அக்காவும், வெள்ளையாரின் மனைவியும், எனது வகுப்பாசிரியரும், ஊர்த் தலைவரும் அம்மாவின் தலைமாட்டில் நின்றுகொள்ள ஊர்த் தலைவர் உரையாற்ற ஆரம்பிக்கிறார். அவர் தனது உரையில் இன்று காலமானவர் இந்த ஊரைச் சேர்ந்த இன்னார்தான், இவர் இவ்வளவு சிறப்பாக வாழ்ந்தவர், இந்த ஊருக்கு இன்னின்ன நல்லது எல்லாம் செய்தவர், இவரது இழப்பு இந்த ஊருக்கே பேரிழப்பு என்றெல்லாம் உரையாற்றுகிறார்.

ஊரில் ஒரு மரணம் நிகழ்ந்தால் இவ்வாறு பாடையை இந்த இடத்தில் வைத்து உரையாற்றுவது என்பது வழமையாக நடைபெறும் ஒரு சடங்குதான். மழை பெய்யப் போகும் அறிகுறி இப்போது அதிகமாகக் காணப்படுவதால் அவர் தனது உரையை வெகுவாகச் சுருக்கிக் கொண்டு மீண்டும் பாடையைத் தூக்குமாறு உத்தரவிடுகிறார்.

எனக்கோ அவர் இன்னுமின்னும் அம்மாவைப் பற்றிப் பேசினால் நன்றாக இருக்குமே என்றிருக்கிறது. அவர் அம்மாவின் நற்குணங்களையும், சுறுசுறுப்பையும், விடாமுயற்சியையும் எடுத்துக் கூறிப் பாராட்டியபோதும், சமூகத்தில் முன்மாதிரியாகக் கொள்ளப்படத்தக்கவள் அவள் என்று குறிப்பிட்ட போதும் எனது மனதில் குற்றவுணர்ச்சியின் வேதனையற்று, அம்மா மீதான கோபத்தின் சாயலற்று சிறிதேனும் மகிழ்ச்சி பரவியது உண்மைதான்.

இனி, பாடையானது இடையில் எவ்விடத்திலும் பின்தங்காமலும், தரித்து நிற்காமலும் நேராக இடுகாட்டுக்குத்தான் செல்லும். இன்னும் சிறிது தூரத்தில் யானைப் பாறை எனும் அந்தப் பள்ளம் இருக்கிறது. அதில்தான் ஆசிரியரைத் தள்ளி விட வேண்டும். அது தற்செயலாக நடப்பது போலவும் இருக்க வேண்டும்.

அத்தனை தூரம் பாடையைச் சுமந்து வந்தவர்கள் இப்போது ஆள் மாற்றிக் கொள்கிறார்கள். கருமான் மட்டும் தான் சுமந்து வந்ததை விட்டுக் கொடுக்காமல் இடப்புறமாக இருக்கும் மூங்கில் தடியைத் தூக்கித் தனது தோளில் வைத்துக் கொண்டு அவரே பாடையை மீண்டும் சுமக்கிறார். அவருக்குப் பின்னால் அந்தத் தடியின் மறு அந்தத்தை இப்போது கமக்காரனின் மகன் சுமந்து கொண்டிருக்கிறான். கருமானுக்கு சமாந்தரமாக வலப்புறப் பாடையின் மூங்கில் தடியைத் தனது தோளில் ஏந்தி நடக்கிறார் வெள்ளையார். அவருக்குப் பின்புறமாக மூங்கில் தடியின் மறு அந்தத்தை ஏந்திக் கொண்டிருப்பவரை ஏறிட்டுப் பார்த்தபோதுதான் எனக்குத் திகைப்பாகவும், தாங்கவியலாததாகவும் இருக்கிறது.

இவர் எதற்கு இதைச் சுமந்து கொண்டிருக்கிறார்? இவரை யார் இதைச் சுமக்கச் சொன்னது? பாடையைச் சுமக்கும் அளவுக்கு அவ்வளவு நல்லவரா இவர்? இப்போது மனம் பக்குவப்பட்டுத்

திருந்தி, தான் செய்ததற்கு பிராயச்சித்தம் தேடும் விதமாகத்தான் பாடையைச் சுமந்து கொண்டிருக்கிறாரோ? போன்ற கேள்விகளெல்லாம் எனக்குள் சட்டென்று ஆர்ப்பரித்து எழுகின்றன. இவர் இவ்வாறு பாடையைச் சுமந்து நடந்தால் நான் எப்படி இவரைப் பழிவாங்குவது என்ற எண்ணம் என்னை வெகுவாகத் தளரச் செய்கிறது.

ஒருவேளை இவ்வளவு காலமும் எவ்விதக் குற்றச் செயலிலும், பாவகரமான காரியங்களிலும் ஈடுபடாத என்னை இந்தக் காரியத்தில் ஈடுபட விடக் கூடாது என்று அம்மாதான் தன்னைத் தூக்குமாறு அவரது மனம் மாறச் செய்திருப்பாளோ?! நிஜமாகவே, விதியில் நியமிக்கப்பட்ட எதையும் மாற்றும் சக்தி மனிதர்களுக்கு இல்லையோ?!

ஒரு பெரிய ஏமாற்றத்தைச் சந்தித்தது போல நான் நிலைகுலைந்து போகிறேன். நடக்கத் தடுமாறுகிறேன். ஆசிரியரைத் திரும்பித் திரும்பிப் பார்க்கிறேன். ஆறடி தூரத்தில்தான் அவர் பின்னால் நடந்து வருகிறார் என்றாலும் அவர் ஏதோ பின்னால் வெகு தொலைவில் இருப்பதாக உணர்கிறேன்.

நான் திரும்பித் திரும்பிப் பார்த்தவாறு தளர்ந்து போய் தடுமாறி நடப்பதைக் கண்ட அந்த அக்கா எனது ஒரு கையையும், வெள்ளையாரின் மனைவி மற்றக் கையையும் பிடித்துக் கொண்டு கூட நடக்கிறார்கள். எமக்குப் பின்னால் அம்மா வருகிறாள்.

இறுதி ஊர்வலத்தின் ஆழ்ந்த மௌனம் தொடர்ந்தும் பேணப்படுகிறது.

40

அம்மாவின் ஊர்வலம் யானைப் பாறை எனப்படும் அந்த வளைவையும், பள்ளத்தையும் மெதுவாகக் கடக்கிறது. எனது வலது புறத்தில் அந்தப் பாதாளப் பள்ளத்தாக்கு வலுவான நீர்த் தாரைகளோடும், புதர்களோடும், கூர் கூராக நீண்டு கிடக்கும் பாறைகளோடும் இருண்டிருப்பதைக் காண்கிறேன்.

அந்தப் பள்ளத்தாக்கில் எனது வகுப்பாசிரியரைத் தள்ளி விடக் காத்திருந்த எனது அத்தனை வன்மத்தையும், கோபத்தையும் ஒரு பனி போலக் கரைத்து விட்ட நிம்மதியோடு இப்போது அம்மா சாந்தமாக இருக்கக் கூடும் என்று எனக்குத் தோன்றுகிறது. இனிமேல் ஆசிரியர் என்னை ஊமச்சியின் பிள்ளையென்றோ, மணல்மூட்டைக்காரியின் பிள்ளையென்றோ அழைக்கவே மாட்டாரென்றும், எனது சக மாணவ மாணவிகளும் கூட இனிமேல் என்னைக் கேலி கிண்டல் செய்யவே மாட்டார்கள் என்றும் உறுதியான நம்பிக்கை எனக்குள்ளே பிறக்கிறது.

இதுவரை காலமும் என்னை ஒதுக்கித் தள்ளி ஒடுக்கியவர்களையும், இன்றைக்குப் பிறகு யாராவது என்னிடம் அவ்வாறு நடந்துகொண்டால் அவர்களையும் இனிமேல் நானும் புறக்கணித்து விட்டு வாழ்க்கையில் முன்னேறிக் காட்ட வேண்டும் என்ற உத்வேகம் எனக்குள்ளே வேர் விட்டு ஊடுருவுகிறது. வாழ்க்கையில் சாதிக்க ஒவ்வொரு

பிள்ளைக்கும் இந்தத் தன்னம்பிக்கையும், ஊக்கமும்தானே அவசியமாகின்றன?!

என்னைச் சூழவே இந்த ஊரில் எத்தனை எத்தனை அன்பானவர்கள் இருக்கிறார்கள்?! எத்தனை எத்தனை சாதனையாளர்கள் இருக்கிறார்கள்?! அவர்களைப் போலவே என்னாலும் எல்லோரிடமும் அன்பாக இருக்க முடியாதா என்ன?! எல்லோருக்கும் உதவி உபகாரங்கள் செய்தவாறு ஒரு திருப்தியான வாழ்க்கையை வாழ முடியாதா என்ன?!

இந்தப் பாடத்தைத்தான் அம்மா எதுவுமே பேசாமலும், வகுப்பாசிரியர் கேவலமாகவே பேசியும் கற்றுக் கொடுத்திருக்கிறார்கள் என்று எடுத்துக் கொள்ளப் போகிறேன்.

அம்மாவும், ஆசிரியரும் இப்போது, இதோ சில நிமிடங்களுக்கு முன்னால் என்னை ஒரு பெருஞ்சுமையிலிருந்து விடுவித்ததைப் போல எனதுள்ளம் இப்போது கனமற்றதாகி சுதந்திரமாகவும், விடுதலை பெற்றது போலவும் இருப்பதாக உணர்கிறேன்.

41

அம்மாவுக்கு அஞ்சலி செலுத்துவதற்காகவே தாம் செய்துகொண்டிருக்கும் வேலைகளையெல்லாம் அப்படியே போட்டு விட்டு தமது வேலியோரமாக வந்து நிற்கும் ஆட்களைக் காண்கிறேன். அந்தி வேளையின் மழை இருளில் தெருவோரமாக இருக்கும் அவர்களது வீடுகளின் புகைபோக்கிகளிலிருந்து புகை வெளியேறுவதும், முற்றத்துப் புற்தரையில் நின்றுகொண்டும், படுத்தவாறும் அசை போட்டுக் கொண்டிருக்கும் மாடுகளும், ஆடுகளும் ஓர் அழகான நீர் வர்ண ஓவியம் போல தென்படுகிறது.

வானிலை மேகமூட்டமாகவும், ஈரப்பதமாகவும் இருந்தபோதிலும் குளிராக இல்லை என்பதையும், இவ்வளவு தூரம் நடந்ததாலோ என்னவோ எனக்கு வியர்ப்பதையும் உணர்கிறேன். இதுவரை நான் கவனத்தில் கொள்ளாத பலவும் உள்ளுக்குள் அடைத்துக் கொண்டிருந்த வன்மம் நீங்கி எனது மனம் தெளிவடைந்த பிறகு தெள்ளத் தெளிவாகப் புலப்படுவதை ஒளியேறக் காண்கிறேன்.

42

அம்மாவின் சிநேகிதியொருத்தி எதிரே வருகிறாள். காலை மழையில் தனது தோட்டத்து மரத்திலிருந்து உதிர்ந்த ஆனைக் கொய்யாப் பழங்களை மரக் கூடையில் பொறுக்கிச் சேகரித்து அதைத் தனது தலையில் சுமந்தவாறு வரும் அந்த நடுத்தர வயதுப் பெண்ணை எனக்குத் தெரியும். அவளுக்கும் பேச்சு வராது. இருவரும் நெடுநேரம் சைகை பாஷையில் பேசிக் கொள்வதைக் கண்டிருக்கிறேன்.

ஊர்வலம் வருவதைக் கண்டவள் கூடையை பாதையோரமாக வைத்து விட்டு, ஓரமாக ஒதுங்கி நிற்கிறாள். பாரத்தைச் சுமந்தவாறு மேடேறி வந்ததால் உருவான களைப்போடு அவள் இலேசாக மூச்சு வாங்குவதை அவதானிக்கிறேன்.

அவளது கூடையிலிருக்கும் ஒவ்வொரு ஆனைக் கொய்யாப் பழமும் பச்சையும், நாவலும் கலந்த நிறத்தில் தோலுரித்த தேங்காயின் அளவில் இருப்பதைக் காண்கிறேன். பெரியதொரு முள் சீத்தாப்பழமும், ஒன்றிரண்டு பச்சைச் சீத்தாப்பழங்களும் கூடையில் இருக்கின்றன. நெடுஞ்சாலையோர மூதாட்டியின் கடையில் விற்பனைக்கு வைக்கப்பட்டிருக்கும் பெரும்பாலான பழங்கள் இந்தப் பெண்ணின் தோட்டத்தில் விளைந்தவைதாம்.

இவளைக் கண்டாவது அம்மா தனது ஆழ்ந்த தூக்கத்திலிருந்து விழித்துக் கொள்ள வேண்டும் என்ற எண்ணமொன்று சட்டென்று எனக்குத் தோன்றுகிறது. இது அபத்தமானதும், பேராசை மிகுந்ததுமான எண்ணம் என்பதுவும் மறுகணமே எனக்குப் புரிகிறது.

பாட்டி இருந்தால் இவ்வாறான, நடக்கச் சாத்தியமற்ற நிகழ்வுகளைக் கற்பனை செய்வதை தெய்வீக ஆசை என்பாள். ஒருவரது வாழ்க்கையில் திருப்புமுனையை ஏற்படுத்தக் கூடிய தற்செயல் நிகழ்வுகள் அவரது வாழ்க்கையையே மாற்றியமைத்து நல்ல பாதையிலேயே இட்டுச் செல்லும் என்றுதான் நாம் நேரான வழியில் சிந்திக்க வேண்டுமேயொழிய தீயவற்றை நினைத்துக் கூடப் பார்க்கக் கூடாது என்பாள்.

என்றாலும், இந்தப் பேரழிவு (அம்மாவை இழப்பதென்பது பேரழிவல்லாமல் வேறு என்ன?!) அவ்வாறான நேர் எண்ணங்களை மறக்கச் செய்கிறது என்பதை உணர்கிறேன். எவரதும் சாதாரண பார்வைக்குத் தென்படாத, அம்மாவின் கொலையாளி நானே எனும், என்னுள்ளே ஆழப் புதைந்திருக்கும் குற்றவுணர்ச்சி அவ்வப்போது மேலே எழுந்து எனது நேர் எண்ணங்களைத் தகர்ப்பதை என்னவென்று சொல்வேன்?! அதுதானே என்னை அழ விடாமல் தடுக்கிறது?!

43

அம்மாவின் ஊர்வலம் இப்போது பள்ளம் இறங்குகிறது. இப்படியே இன்னும் சில பள்ளங்களை இறங்கிப் போனால்தான் நெடுஞ்சாலை வரும்.

மழைக்காலத்தில் பள்ளம் இறங்குவது ஒன்றும் அவ்வளவு இலகுவானதல்ல. கொஞ்சம் தவறினாலும், அருகில் தாங்கிப் பிடித்துக் கொள்ள எதுவுமில்லையென்றால் சருக்கிக் கீழே விழச் செய்திடும் மண் பாதையிது. இவ்வாறான பாதையில் அம்மாவைச் சுமந்திருக்கும் நால்வரும் பத்திரமாகப் பள்ளமிறங்க வேண்டுமே என்ற கவலை எனக்குள் பிறக்கிறது. அதுவும் மற்ற மூவர்களிலும் பார்க்க வலுக் குறைந்தவரான எனது வகுப்பாசிரியர் பள்ளத்தில் விழுந்து விடாமல் இருக்க வேண்டுமே என்று இப்போது எனது மனம் பதைபதைக்கிறது.

சில கணங்களுக்கு முன்னர்தான் அவர் பள்ளத்தில் விழ வேண்டும் என்று வன்மம் கலந்த பேராசையோடு ஆவலுற்றுக் காத்திருந்த மனம் தற்போது அவர் பத்திரமாகப் பள்ளம் இறங்க வேண்டுமே என்று எப்படிக் கிடந்து தவிக்கிறது?! போர்களில் வெல்வதற்கான எல்லா வழிகளும் நியாயமானவை என்று சொல்லப்படுவதைப் போல எனக்கான நீதியில் வெற்றியடையச் சாத்தியமான எல்லா வழிகளையும் எனது மனமும் நாடியதில் தவறேதுமில்லையே?!

அன்றொரு நாள் வெள்ளையாரின் மனைவி சொன்னதன் அர்த்தமும் அதுதானே?!

'முதலையும் உயிரினங்களை விழுங்குகிறது, நீர் உடும்பும் உயிரினங்களை விழுங்குகிறது. ஆனால் முதலையைக் கண்டு பயந்தோடும் மனிதர்கள் நீர் உடும்பைக் கண்டு பயந்தோடுவதில்லை. இத்தனைக்கும் நீர் உடும்பு அகோரமான தோற்றம் கொண்டது. அது தனது வாலால் தீண்டிக் கூட படுகாயத்தை ஏற்படுத்தக் கூடியது. முதலை ஊருக்குள் வந்தாலே அதனைத் துரத்தி விட ஒன்றுகூடுபவர்கள் கூட நீர் உடும்பு சர்வ சாதாரணமாக ஊருக்குள் நடமாடுவதை அனுமதிக்கிறார்கள். மனிதர்கள் வித்தியாசமானவர்கள் என்பதுவும், அவர்களது எண்ணங்கள் ஒவ்வொன்றும் ஒன்றுக்கொன்று வித்தியாசமானவை என்பதுவும் இதிலிருந்து தெரியவில்லையா?' என்று திண்ணையில் கால்களை நீட்டி அமர்ந்திருந்து ஆங்கிலப் புத்தகமொன்றை வாசித்துக் கொண்டிருந்த வெள்ளையாரின் மனைவி சட்டென்று தலைநிமிர்ந்து என்னிடம் ஒருநாள் கூறியது நினைவுக்கு வருகிறது.

நான் அப்போது சிறுவர் பத்திரிகையொன்றைப் பார்த்துக் கொண்டிருந்தேன். அவளது சிவப்புக் குடையானது அவர்களது வெள்ளைச் சுண்ணாம்பு பூசப்பட்ட சுவரிலிருந்த ஆணியில் தொங்கவிடப்பட்டிருந்தது. அந்தியின் மஞ்சள் வெயில் அவர்களது வீட்டு முற்றத்திலிருந்த தேக்கு மரத்தில் விழுந்த நேரமது.

'மலை அரக்கன் தான் அவித்த நெல்லைக் காய வைக்கும் நேரமிது என்று இந்த அழகான இளவெயிலைக் குறித்து இந்த ஊராட்கள் சொல்கிறார்கள். இந்த அப்பாவி வெயிலுக்கும், அரக்கனுக்கும்தான் என்ன சம்பந்தமிருக்கப் போகிறது?! ஊராட்கள் வழிவழியாகச் சொல்லி வருபவையும், நம்பி வருபவையும் உண்மையில்

ஒன்றுக்கொன்று நிதர்சனத்தோடு எவ்வளவு வேறுபட்டவையாக இருக்கின்றன, இல்லையா? உலகம் முழுவதும் அப்படித்தான். அதிகாரத்தைப் பொறுத்தவரையில் போர்களில் வெல்வதற்கான எல்லா வழிகளும் நியாயமானவை என்று சொல்லப்படுவதைப் போலவே, போரின் பிறகு நீதியில் வெற்றியடையச் சாத்தியமான எல்லா வழிகளையும் நாடுவதிலும் எந்தத் தவறுமில்லை. வளரும் பிள்ளை நீ. வாசிப்பதோடு நின்று விடாமல், இவ்வாறான அனுபவங்களையெல்லாம் கண்டும் படிக்க வேண்டும்' என்றாள்.

அவள் கூறிய உலக அரசியல் எனக்குப் புரியவில்லை. அவளுக்குக் கூர்மையான குரல். அமைதியாகச் சொல்ல வேண்டியதையும் கூட மிகவும் சத்தமாக உரத்த தொனியில் அன்பாகத்தான் சொல்வாள். அதனால்தானோ என்னவோ அவள் அன்று என்னிடம் கூறியவை புரியவில்லை என்றாலும் அவற்றுள் முக்கியமான விடயங்கள் இப்போதும் பொட்டிலடித்தால் போல எனக்கு நினைவில் இருக்கின்றன.

44

அம்மாவைக் கொண்டு செல்லும் பாதை எனக்கு நன்றாகப் பழகிய பாதைதான் என்றாலும், பழகிய தடம்தான் என்றாலும் இன்று இந்தப் பள்ளம் இறங்கும்போது நான் தடுமாறுவதைக் கண்டு அந்த அக்காவும், வெள்ளையாரின் மனைவியும் எனது கையையும், தோளையும் பிடித்துத் தாங்கிக் கொண்டு நடக்கிறார்கள்.

பள்ளம் இறங்கிவிட்ட நான் அம்மாவைச் சுமப்பவர்கள் எவ்வாறு இறங்குகிறார்கள் என்று திரும்பிப் பார்க்கிறேன். அவர்கள் பள்ளமிறங்கும்போது ஆகவும் இறங்கச் சிரமமான இடங்களில் முன்னாலிருப்பவர்களும், எனது வகுப்பு மாணவர்களும் பாடையைச் சுமக்கக் கை கொடுத்து உதவுவதைக் காண்கிறேன்.

அம்மாவைச் சுமந்து கொண்டு நடக்கும் இந்த இறுதி ஊர்வலத்தில் எமது ஊரைச் சேர்ந்தவர்கள் மாத்திரமல்லாமல் அயல் கிராமங்களைச் சேர்ந்தவர்களும் இருக்கிறார்கள். நான் இதற்கு முன்பு கண்டேயிராதவர்களும் கூட அம்மாவின் பின்னால் நடக்கிறார்கள். எமது வீட்டிலிருந்தே கூட வந்தவர்கள், வழியில் சேர்ந்து கொண்டவர்கள் எனப் பலரும் கலந்துகொண்டுள்ள இந்த ஊர்வலத்தில் இவ்வாறு ஒருவருக்கொருவர் உதவிக் கொள்வதைப் பார்க்கவே மனதுக்கு எவ்வளவு ஆறுதலாக இருக்கிறது?!

இந்த வயதுக்கேயுரிய விளையாட்டுத்தனத்தோடு குறும்புத்தனங்களைக் காட்டியதல்லாமல் என்னைக் கிண்டல் செய்த எனது வகுப்பு மாணவர்கள் எல்லோரும் உண்மையில் என் மீதும், எனது அம்மா மீதும் உள்ளுக்குள் அன்பாகத்தானே இருக்கிறார்கள் என்பது எனக்குப் புரிகிறது. எந்தவொரு நல்ல காரியத்தையும் மனதில் எந்தக் கிலேசமோ, சங்கடமோ, பாசாங்கோ இன்றி வரவேற்பதில்தான் உண்மையான மகிழ்ச்சி தங்கியிருக்கிறது என்றுதானே எனக்கு பாட்டியும் கற்றுத் தந்திருக்கிறாள்?!

45

அம்மா இந்த ஊரை விட்டு நிரந்தரமாகப் பிரிவதற்காக இன்னும் ஒரு பள்ளத்தைத்தான் இறங்க வேண்டியிருக்கிறது. அதிலும் இறங்கி கொஞ்ச தூரம் நடந்து கற்படியிறங்கினால் நெடுஞ்சாலையை அடைந்து விடலாம்.

இந்தப் பள்ளத்தில்தான் ஒற்றையடிப் பாதையோரமாக மேடுகளிலும், சம தரையிலும் மரக் கட்டைகள் பதிக்கப்பட்டிருக் கின்றன. அவை பலவிதமாகப் பயன்படுகின்றன. மழைக் காலங்களில் மேலேயிருந்து மண்ணோ, பாறையோ உருண்டு வந்து நேரடியாக நெடுஞ்சாலையில் விழாமல் அவை பாதுகாப்பதோடு, இவ்வழியாகப் போய் வரும் பயணிகள் சற்று இளைப்பாறிச் செல்லவும் அவை உதவுகின்றன.

மேலே மலையிலுள்ள எமது கிராமத்துக்கு ஏதேனும் சாக்கு மூட்டைகளையோ, பொதிகளையோ நகரத்திலிருந்து கொண்டு செல்பவர்களுக்கு அவற்றைச் சுமக்க முடியாமல் போகும்போது இந்த இடத்தில் அதற்காகவே அமர்ந்திருக்கும் சுமைக் கூலிகள் அவற்றை மேலே அவர்களது இருப்பிடத்துக்கு சுமந்து கொண்டு வந்து சேர்ப்பார்கள். அதற்குக் கூலியாக தானியங்களோ, பழங்களோ வாங்கிக் கொள்வார்கள்.

எனது சிறு வயதில் இந்த வழியே என்னைத் தூக்கிக் கொண்டு போய் வரும்போதெல்லாம் இந்த மரக் கட்டைகளில்தான் என்னையும் மடியில் வைத்துக் கொண்டு இளைப்பாறுவாள் அம்மா. பின் வந்த காலங்களில்தான் அவளை எதிர்பார்க்காமல் நானே மேலே ஏறத் தொடங்கினேன். உடனே அவள் இளைப்பாறாமல் மூச்சு வாங்க வாங்க என்னைத் தொடர்வாள்.

அப்போதெல்லாம் நான் அவளுக்கு இளைப்பாற இடமளித்து அவளுக்காகக் காத்திருந்திருந்தால் எவ்வளவு சந்தோஷப் பட்டிருப்பாள் என்று இப்போதுதானே தோன்றுகிறது. அவ்வாறான அவளுக்கு சந்தோஷமளிக்கும் காரியங்களைக் கூட நான் செய்யத் தவறியிருக்கிறேனே என்ற சுய கோபம் எனக்குள்ளே மேலிடுகிறது.

இந்த இளைப்பாறும் இடத்தைப் போலவே மேலேயும் ஒரு இளைப்பாறும் இடம் இருக்கிறது. அது இந்த இடத்தைப் போல அவ்வளவு விசாலமானதல்ல. அந்த இடத்தில் ஒரு சிறிய கிணறு இருக்கிறது. எந்தக் கோடையிலும் வற்றாத சதுரக் கிணறான அதில் எப்போதும் தண்ணீர் சுரந்து நிரம்பி வழிந்து கொண்டேயிருக்கும்.

ஆழமற்ற அந்தக் கிணற்றைச் சுற்றி வர அதன் விளிம்புகளில் நான்கு தென்னை மர உருளைகள் ஒன்றுக்கொன்று சமாந்தரமாக கிடையாக இடப்பட்டிருப்பதோடு அந்த உருளையில் அமர்ந்திருந்து கிணற்றினுள்ளே எட்டிப் பார்த்தால் தண்ணீரின் அடியில் இருக்கும் ஆமைக் குஞ்சும், குறவை, கெளுத்தி மீன்களும், பாசிகளும் கூட தெளிவாகத் தெரியும்.

அந்தக் கிணற்றுக்கு மதில் சுவரில்லை. ஆனால் எந்தக் காலத்தில் யார் கட்டினார்களோ தெரியாது, கிணற்றின் உட்பாகங்களில் சுற்றி வர நான்கு பக்கங்களிலும் உருண்டையான சிறிய கருங்கற்கள் உறுதியாகப் பதிக்கப்பட்டிருப்பதைக் காண முடியும். நெடுஞ்சாலையில் போய்

வரும் வழிப்போக்கர்களும், மலையேறும் சுற்றுலாப் பயணிகளும் அந்தக் கிணற்றில்தான் கை கால்களைக் கழுவிக் கொள்வதோடு, தமது தண்ணீர் தேவையையும் பூர்த்தி செய்து கொள்வார்கள்.

ஒரு நாள் அந்தக் கிணற்றில்தான் நான் தவறி விழுந்தேன். சிறு வயதில் அம்மாவை விட்டுவிட்டு மேலே ஓடி வந்து வழமை போலவே அந்தக் கிணற்றில் மீன்குஞ்சு பார்க்கப் போய் உள்ளே தவறி விழுந்து விட்டேன். மூச்சு வாங்க வாங்க அம்மா எனது பின்னால் ஓடி வந்து பார்க்கும்போது அந்தக் கிணற்றில் குளித்துக் கொண்டிருந்த கறுப்பி அக்காதான் எனது கையைப் பிடித்துத் தூக்கியெடுத்து என்னைத் தனது மடியில் வைத்திருந்தாள்.

கறுப்பி அக்காவுக்கு இடுப்பைத் தாண்டி நீண்ட கூந்தல் இருந்தது இப்போதும் நினைவிருக்கிறது. அவளது வீடு அந்தக் கிணற்றிலிருந்து பார்த்தால் தெரியும் தூரத்தில்தான் இருக்கிறது. அது மண் குடிசை என்றாலும் கூட அதை மிகவும் நேர்த்தியாக வைத்திருப்பாள் அவள்.

எப்போதும் தனது வீட்டையும், முற்றத்தையும் கூட்டிப் பெருக்கிக் கொண்டும், எதையாவது கழுவித் துடைத்துக் கொண்டும், குளித்தவாறும் அவள் அதிதூய்மையாக இருந்ததாலோ என்னவோ ஊரில் எல்லோரும் அவளை மனநலம் பாதிக்கப்பட்டவள் என்றுதான் குறிப்பிட்டார்கள். அவளை ஊரிலிருந்து ஒதுக்கி வைத்திருப்பதுபோலத்தான் அவளிடம் நடந்து கொண்டார்கள். ஊரிலிருந்து தானாகவே முற்றிலுமாக ஒதுங்கியிருப்பவள் போலத்தான் அவளும் தன்னந்தனியாக துணிச்சலாக வாழ்ந்து வந்தாள்.

கறுப்பி அக்காவின் வீட்டில் வேறு யாரும் வசித்ததைக் கூட நான் கண்டதேயில்லை. பிறகொரு நாள் அவளும் ஊரிலிருந்து காணாமல் போனதோடு அந்த வீடும், அதைச் சுற்றிவர இருந்த காணியும் எந்தப்

பராமரிப்புமில்லாமல் யாரும் அருகில் போகப் பயப்படும் விதமான சர்ப்பக் காடாக புதர் மண்டிப் போய்க் கிடக்கிறது இப்போது.

அந்தக் கிணற்றுக்குக் குளிக்க வந்த வெளியாட்கள் யாராவது அவளைக் கொண்டு போயிருப்பார்கள் என்றுதான் அவள் காணாமல் போனபோது ஊரில் பேசிக் கொண்டார்கள். அவளுக்கு என்ன நேர்ந்திருக்கும் என்று ஊராட்கள் கவலைப்படவேயில்லை என்று நினைக்கிறேன். அவளை யாரும் தேடிப் பார்க்கவுமில்லை. ஆனால் எனது அம்மாவோ அவளைக் குறித்து நினைத்து நினைத்தே சில நாட்கள் மிகுந்த கவலையோடு சோர்ந்திருந்ததை நான் அவதானித்திருக்கிறேன்.

அவள் காணாமல் போய்விட்டதை அறிந்து கொண்ட நாளின் இரவில் அம்மா வெகுநேரம் பாயில் அமர்ந்து சுவரோடு சாய்ந்திருந்து எதையோ யோசித்துக் கொண்டிருந்தாள். அவளருகே பாட்டியும் சிம்னி விளக்கு வெளிச்சத்தில் தென்னோலையால் தட்டொன்றைப் பின்னிக் கொண்டிருந்தாள். கயிற்றுக்கட்டிலில் படுத்திருந்த நான் உறக்கம் வரும்வரைக்கும் அவர்களையே பார்த்துக் கொண்டிருந்தேன்.

வழமையாக பாயில் படுத்தவுடனே உறங்கி விடும் அம்மா அன்று படுத்துறங்காமலும், பாட்டிக்கு தென்னோலையைக் கிழித்துக் கொடுத்து உதவாமலும் இருப்பதை அவதானித்தேன். அது எனக்கு ஆச்சரியத்தை அளித்தது.

என்னவாம் அம்மாவுக்கு என்று பாட்டியிடம் கேட்டேன். கறுப்பி காணாமல் போய்விட்டாளாம். உனது அம்மாவால் அதைத் தாங்கிக் கொள்ள முடியவில்லை என்று என்னிடம் கூறிய பாட்டி அம்மாவின் தோளைத் தொட்டு படுத்துத் தூங்கு என்று சைகை செய்தாள்.

'தீக்குச்சியைக் கவனித்திருக்கிறாயா நீ? தீப்பற்றச் செய்யும் அது கடைசியில் அந்தத் தீயிலே வெந்து அழிந்து போகும். எப்போதும்

அடுத்தவர்களை வெறுத்தவாறு அவர்களுக்கு சொல்லாலும், செயலாலும் தீங்கிழைத்துக் கொண்டிருப்பவர்களும் கூட அந்தத் தீக்குச்சியைப் போலத்தான் ஒரு நாள் தமது வெறுப்புகளுக்குள்ளும், தாம் இழைக்கும் தீங்குகளுக்குள்ளுமே சிக்குண்டு அழிந்து போவார்கள். சிலர் எல்லோரிடமும் அன்பாக இருப்பதற்குக் காரணம் இந்த உலகம் அவர்கள் மீது கருணையேயில்லாமல் குரூரமாக நடந்துகொள்வதுதான். இவ்வாறெல்லாம் இந்த உலகம் தமக்குத் தந்து கொண்டிருக்கும் வலியையும், வேதனையையும் ஏனையவர்கள் அனுபவிக்கவே கூடாது என்ற நல்லெண்ணம்தான் அவர்களை நல்லவர்களாக இருக்க வைப்பதோடு, எல்லோரிடமும் அன்பாக நடந்துகொள்ளவும் செய்கிறது. அவ்வாறானவர்கள் எங்கு சென்றாலும் நன்றாகவே இருப்பார்கள். அவர்களுக்கு நல்லதே நடக்கும். கறுப்பி மிகவும் நல்லவள். அவள் இந்த ஊரில் எல்லாத் துன்பங்களையும் அனுபவித்து விட்டாள். இனிமேலாவது அவளது வாழ்க்கையில் நல்லதே நடந்து அவள் சந்தோஷமாக வாழட்டும்' என்றாள் பாட்டி.

46

அம்மா எத்தனையோ தடவைகள் நடந்து போன இந்தச் செம்மண் பாதையில் இன்று சேறு தேங்கியிருக்கும் இடங்களில் யார் யாரினதோ வெற்றுக் காலடித் தடங்கள் தெரிகின்றன. சிலவற்றில் மழைத் தண்ணீர் தேங்கியிருக்கிறது. இதே பாதையில் கறுப்பி அக்காவும் எத்தனை தடங்களைப் பதித்திருப்பாள் என்று தோன்றுகிறது.

இந்த மலைக்காட்டுக் கிராமத்திற்கென கறுப்பி அக்கா விட்டுச் சென்ற அனைத்துத் தடங்களையும் காலம்தான் எவ்வளவு விரைவாக அழித்துப் போட்டாயிற்று?! எமது ஊர் ஆற்றுக்குக் குறுக்கேயிருந்த புராதன மரப் பாலத்தை ஒரு முறை வந்த பெருவெள்ளமொன்று முழுமையாக அடித்துச் செல்லவில்லையா என்ன?! அதன்பிறகு எல்லோரும் எவ்வளவு விரைவாக அந்த மரப் பாலத்தை மறந்து விட்டார்கள்?!

இத்தனைக்கும் எமது ஊருக்கும், அயல் கிராமத்துக்கும் போய்வர இருந்த இலகுவான பாதையாக அதுதானே இருந்தது?! நூற்றாண்டு காலங்களாக நீடித்திருந்த அது, தான் இருக்கும்வரை எத்தனை ஆயிரமாயிரம் காலடித் தடங்களைக் கண்டிருக்கும்?! மழையிலும், வெயிலிலும், இன்னும் அனைத்துப் பருவ காலங்களிலும் அது பொக்கிஷமாகச் சேகரித்தது அந்தக் காலடித் தடங்களை மாத்திரம்தானே?!

அம்மாவின் எல்லாத் தடங்களையும் காலம் அப்படித்தானே ஒரு நாள் முழுமையாக அழித்துப் போடும்?! காலமும் தண்ணீர் போலத்தான். நல்லதும் கெட்டதுமான அனைத்தையுமே என்றோ ஒரு நாள் அது முழுமையாகக் கழுவி அகற்றி விடும்.

கீழே நெடுஞ்சாலையில் யார் யாரோ உரையாடிக் கொண்டிருக்கும் குரல்கள் தெளிவில்லாமல் இரைச்சல் போல கேட்கின்றன. இன்னும் கொஞ்சம் முன்னால் நடந்து படிகளில் இறங்கினால் நெடுஞ்சாலை வந்து விடும். நெடுஞ்சாலைக்கான பள்ளமிறங்க படிகள் போல தட்டையான கருங்கற்களைப் பதித்திருப்பதால் அம்மாவைச் சுமந்துகொண்டு அதில் இறங்குவது அவ்வளவு சிரமமாக இருக்காது.

தளர்வாக நாங்கள் நடந்து கற்படிகளில் இறங்கி நெடுஞ்சாலையில் கால்வைக்கும்போது, அதே இடத்தில் பெட்டிக் கடை மூதாட்டியும், இன்னும் சில ஆண்களும் நின்றுகொண்டிருப்பது எனது பார்வையில் படுகிறது.

அந்த மூதாட்டிக்கு இடது முழங்காலில் வருத்தம் இருப்பதால் அவளால் மலையேறவோ, பள்ளமிறங்கவோ முடியாது என்பதை நான் அறிவேன். அதனால்தான் அவள் மரண வீட்டுக்குக் கூட வந்திருக்கவில்லை. அம்மாவைக் கண்டதுமே மூதாட்டி தனது வாயில் பொத்திப் பிடித்திருக்கும் சேலைத் தலைப்பை எடுத்துக் கண்களை அழுத்தித் துடைத்துக் கொள்வது தெரிகிறது. என்னைக் கண்டதும் அருகில் வந்து மிருதுவாக எனது கையைப் பற்றிக் கொள்கிறாள்.

ஊர்வலத்தில் மூதாட்டி எம்முடனே தனது கைத்தடியை ஊன்றியவாறு மெதுமெதுவாக நடந்து வருகிறாள். இடுகாட்டுக்குச் செல்லும் பள்ளத்தில் இறங்குவதற்கு இன்னும் சிறிது தூரம் முன்னால் நடந்து நெடுஞ்சாலையைக் கடக்க வேண்டும்.

47

அம்மாவுக்காகத்தான் தெருவோரமாகக் காணப்படும் மலைச் சரிவில் செழித்து வளர்ந்திருக்கும் புதர்களில் அழகான மஞ்சள் நிறத்தில் காட்டுச் சூரியகாந்திப் பூக்கள் பூத்துக் குலுங்குகின்றன என்று நினைத்துக் கொள்வது மனதுக்கு இதமாக இருக்கிறது. இதுவே வசந்த காலமாக இருந்தால் ஆங்காங்கே தெருவோரமாக வீற்றிருக்கும் செங்கொன்றை மரங்களிலும் இலைகளே தெரியாத அளவுக்கு சிவப்புப் பூக்கள் நிறைந்திருக்குமே என்று தோன்றுகிறது. வசந்த காலங்களில் அந்த மரங்களினடியில் தரையே தெரியாத அளவுக்கு சிவப்புப் பூக்கள் கம்பளம் விரித்தது போல பரவலாக உதிர்ந்து கிடப்பதைக் காணலாம்.

புங்க மரத்தடியில் சிறிய கூடாரம் போன்ற ஒன்றைக் கட்டிக் கொண்டு அதனுள்ளிருந்து உடைந்த குடைகளையும், செருப்புகளையும் தைக்கும் தொழிலாளி, ஊர்வலத்தைக் கண்டு உடனடியாக எழுந்துகொள்வது தெரிகிறது. அவரது பார்வை பாடை மீது விழுகிறது.

ஒரு முரடனைப் போல தோற்றம் கொண்ட அவரது நீண்ட முகம் இப்போது இன்னும் நீண்டிருப்பது போல தெரிகிறது. அவரது நரைத்த சுருண்ட தலைமயிர்களிலும், சவரம் செய்யப்படாத மீசை, தாடியிலும் வெள்ளி இழைகளே அழுக்கு நிறத்தில் இருப்பது போல எனக்குத்

தோன்றுகிறது. அவரது புறங்கைகளில் நீல நரம்புகள் முடிச்சுகளோடு வெளித்தள்ளியிருப்பதுவும் தெளிவாகத் தென்படுகிறது. ஒரு கணம் பாடையைக் கூர்ந்து பார்க்கும் அவர் கூடாரத் துணியைக் கீழே இழுத்து அதன் வாசலை அடைத்து விட்டு எம்முடன் இணைந்து கொள்கிறார்.

மழை விரைவில் வந்து விடும் என்பதாகத் தெரிகிறது. தெருவில் வேகமாக விரையும் ஒன்றிரண்டு வாகனங்களும் கூட ஊர்வலத்தைக் கண்டதும் தமது வேகத்தைக் குறைக்கின்றன. நாங்கள் மெதுவாக நெடுஞ்சாலையைக் கடக்கிறோம். மூதாட்டியின் கைத்தடி தார் இட்ட தரையைத் தட்டுவதால் எழும் சத்தத்தோடு, எங்கோ ஆக்காட்டிப் பறவை கூச்சலிடும் ஓசை திடீரெனக் கேட்கிறது.

தெருவோரமாக இடுகாட்டுக்குச் செல்லும் பள்ளத்தில் இறங்க வேண்டிய இடம் வருகிறது. பத்துப் பன்னிரண்டு அடிகள் அகலத்தில் இருபுறமும் மரத் தண்டுகள் நடப்பட்டு வேலியிடப்பட்டுள்ள பாதை அது. அந்தப் பாதையிலும் தட்டையான கருங்கற்களைப் படிகள் போல பதித்திருப்பதால் மழை பெய்து தண்ணீர் அதன் வழியே பெருக்கெடுத்து ஓடும்போது கூட வழுக்காமல் சிரமமின்றி நடந்து அதில் பள்ளமிறங்கலாம்.

மூதாட்டியால் பள்ளமிறங்க முடியாது என்பதால் அவள் அவ்விடத்துக்கு வந்ததும் மீண்டும் எனது வலது கையைப் பற்றிப் பிடித்து, எனது உள்ளங்கையில் எதையோ வைத்து அழுத்தி மூடுகிறாள். மெதுவாகத் திறந்து பார்த்தால் அது சுருட்டப்பட்ட ஒரு தொகை காசுத்தாள்களின் கட்டொன்று.

திடுக்கிட்டுப் போகும் நான் அவளைத் திரும்பிப் பார்க்கிறேன். அவளோ தனது பெட்டிக் கடையிருக்கும் திசை நோக்கி கைத்தடியை ஊன்றியவாறே மெதுவாக நடந்து கொண்டிருக்கிறாள்.

48

அம்மாவின் இறுதிச் சடங்குகளை நிறைவேற்றுவதற்காக இடுகாட்டிலும் யார் யாரோ ஆட்கள் நிறைந்திருக்கிறார்கள்.

இடுகாட்டில் அண்மையில் அடக்கம் செய்யப்பட்டவர்களின் கல்லறைகளின் மேலே புதிய செம்மண்ணின் அடையாளம் தெரிகிறது. சிலவற்றின் மேலே நடப்பட்ட செடிகள் கூட துளிர் விட்டு செழித்து வளர்ந்திருக்கின்றன. அடக்கப்பட்டிருப்பது இன்னார்தான் என்ற அடையாளக் குறிப்பு ஏதுமற்ற கல்லறைகளைக் கொண்ட இடுகாடு இது.

புதிய கல்லறையொன்றுக்கு அருகாமையில், சம தரை நிலத்தில் அம்மாவைப் புதைப்பதற்காக அண்ணளவாக ஆறுக்கு மூன்றடி என செவ்வக வடிவத்தில் மிகவும் நேர்த்தியாக ஒரு புதைகுழி தோண்டப்பட்டிருப்பது தெரிகிறது. மழைநீரோ, ஓரத்தில் குவித்து வைக்கப்பட்டிருக்கும் மண்ணோ உள்ளே விழுந்துவிடக் கூடாது என்பதற்காக அந்தக் குழிக்கு மேலே மூன்று, நான்கு பலகைகளை இட்டு குழியை மூடி வைத்திருக்கிறான் இடுகாட்டுக்காரன்.

நாங்கள் அங்கே போய்ச் சேர்ந்ததும் உடனடியாக அந்தப் பலகைகளை எடுத்து அருகிலிருக்கும் மண்மேட்டில் பரத்தி

வைக்கிறான் அந்தப் பையன். எல்லோருமாகச் சேர்ந்து மூங்கில் பாடையை அந்தப் பலகைகளின் மீது பத்திரமாக இறக்கி வைக்கிறார்கள். பாடையை இறக்கி வைத்ததுமே கருமான் யாரிடமும் விடைபெற்றுக் கொள்ளாமல் அங்கிருந்து அவசரமாகப் புறப்படுவது தெரிகிறது.

அந்த அக்காவும், வெள்ளையாரின் மனைவியும் இப்போதும் எனதிரு முழங்கைகளையும் ஆறுதலாகப் பற்றிப் பிடித்துக் கொண்டிருக்கிறார்கள். நான் அம்மாவையே பார்த்தவாறு தளர்வாக நின்றுகொண்டிருக்கிறேன். மழையின் ஓரிரு துளிகள் எம் மீது விழுகின்றன.

ஊர்த் தலைவர் என்னை நெருங்குகிறார். அம்மாவை மண்ணுக்குள் நான்தான் வைக்க வேண்டும் என்றும் அதனால் என்னை முதலில் குழிக்குள் இறங்கவும் சொல்கிறார். நான் கல்லறைக்குள் அம்மாவின் தலை வைக்கப்படப் போகும் இடத்தில் குழிக்குள் இறங்குகிறேன். குழியின் ஏனைய மூன்று மூலைகளிலும் எனது வகுப்பாசிரியரும், அந்த அக்காவின் கணவனும், வேட்டைக்காரனும் இறங்குகிறார்கள்.

ஊர்த் தலைவரும், வெள்ளையாரும், குடை தைக்கும் தொழிலாளியும், கமக்காரனின் மகனும் சேர்ந்து பாடையிலிருக்கும் அம்மாவைக் கவனமாகத் தூக்கி எம்மிடம் தருகிறார்கள். அம்மாவைக் கைகளில் ஏந்தும் நாங்கள் மெதுவாகக் குனிந்து அப்படியே குழிக்குள் மண்ணின் மீது போடப்பட்டிருக்கும் பலகை மீது அம்மாவைக் கிடத்துகிறோம்.

தொடர்ந்து அம்மாவின் முகத்தை மூடியிருக்கும் வெள்ளைத் துணியை நீக்கச் சொல்லி மேலேயிருந்து உத்தரவு வருகிறது. அந்தத் துணியை மெதுவாக நீக்குகிறேன். அவளது உதடுகளில் எப்போதும் காணப்படும் அந்தப் புன்னகை இப்போதும் இருப்பது போல எனக்குத் தெரிகிறது.

தனக்கும், தன்னைப் புரிந்து கொள்ளாத இந்தப் பிள்ளைக்குமிடையே காணப்பட்ட சுவரை உடைத்தெறியும் கடைசி முயற்சியாகவும் அவளது இந்தப் புன்னகைதானே இருக்கிறது?! இந்தப் புன்னகையோடுதானே அவள் இந்த உலகத்தின் பயங்கரமான அலையிலிருந்து தன்னை விடுவித்துக் கொண்டிருக்கிறாள்?!

49

அம்மாவுடனான ஒவ்வொரு நினைவுகளும் எனது ஞாபக அடுக்குகளுக்குள்ளிருந்து ஒவ்வொன்றாக வெளியே வந்து கொண்டேயிருப்பதை உணர்கிறேன். இதுவரைக்குமான எனது வாழ்க்கையில் முக்கியமான சம்பவங்கள் நிகழ்ந்த இடங்கள் அனைத்திலுமே இந்த அன்பு மிகுந்த அம்மாவும் இருந்ததை இப்போதுதான் அவதானிக்கிறேன். இனியும், எனது வாழ்நாள் தீரும்வரைக்கும் இந்த அம்மாதானே எனது எல்லா இடங்களிலும் நிறைந்திருக்கப் போகிறாள். அதை யாரால்தான் அல்லது எதனால்தான் மாற்ற முடியும்?!

எனது வகுப்புத் தோழர்கள் குறிப்பிட்டது போல இவள் படிப்பறிவில்லாத முட்டாளாகவே, எளிமையானவளாகவே, அவலட்சணமானவளாகவே இருக்கட்டுமே! எனது வகுப்பாசிரியர் குறிப்பிட்டது போல இவள் ஊமச்சியாகவே, மணல் மூட்டைக் காரியாகவே இருக்கட்டுமே! இவள் என்னவாக இருந்தாலும் இவள் எனது அம்மா. அநாதையாக இருந்தும், குறைபாடுகளிருந்தும் என்னைப் பெற்றெடுத்து, படிக்க வைத்து, அன்பாகவும், நன்றாகவும் வளர்த்தெடுக்கவில்லையா இவள்?! இவளின்றி நானில்லையே!

எமக்கு இடப்பட்ட கட்டளைகளின் பிரகாரம் அம்மாவைக் குழிக்குள் கிடத்தி விட்டோம். அம்மாவின் உள்ளங்கால்களை மூடி முகத்தைத் திறந்து விட்டோம்.

எங்களை மேலே ஏறச் சொல்லி அடுத்த கட்டளை வருகிறது. யாரினதோ கையைப் பற்றிப் பிடித்தவாறே செம்மண் திட்டில் கால் வைத்து மேலேற முற்படும்போது யாரோ கீழேயிருந்து இழுத்தது போல எனது கால் சற்றுச் சறுக்குகிறது. நான் திரும்பி அந்தச் செம்மண் குழிக்குள் வெள்ளைத் துணியில் சுற்றப்பட்டுக் கிடக்கும் அம்மாவின் புன்னகை ததும்பும் முகத்தைப் பார்க்கிறேன். சிறுவயதில் என்னை உற்சாகப்படுத்தும்போது அவளது வதனமே பூரித்து, முகத்தில் ஆர்வமும், சந்தோஷமும் பொங்கி வழியும் இல்லையா?! அது போலவே இப்போதும் அவளது முகம் எனக்குத் தென்படுகிறது.

'நீ எனக்கு எந்தத் தவறையும் இழைக்கவேயில்லை எனது பிள்ளையே! முதலில் உனக்குத் தவறிழைத்தவர்கள் என்று நீ கருதுபவர்கள் எல்லோரையும் மன்னித்து விடு! அந்தக் கனத்தை வீணாக உன் மனதில் சுமந்துகொண்டு திரியாதே! அந்தச் சுமைதான் உனது வெற்றிகளுக்கான தடைக் கல். எப்பாடுபட்டாவது எனது வாழ்க்கையை நான் வெற்றிகரமாக ஆக்கிக் கொள்ளவில்லையா என்ன? உனக்கு என்ன குறை? முயற்சித்தால் உன்னாலும் நிச்சயமாக இந்த வாழ்க்கையை வென்றெடுக்க முடியுமே!' என்று எனது அம்மா கல்லறைக்குள் படுத்தவாறு எனக்கு அறிவுறுத்துவது போல உணர்கிறேன்.

அப்போதுதான் சட்டென்று எனக்கு அழுகை வருகிறது. இன்றைய நாள் முழுவதும் அழாதிருந்த அத்தனை கவலைகளுக்காகவும், குற்றவுணர்வுக்காகவும் சேர்த்து சத்தமாகக் கதறிக் கதறி அழுகிறேன். இரண்டு, மூன்று பேர் சேர்ந்து என்னை மேலே தூக்கி எடுக்கிறார்கள்.

மழை மீண்டும் பலமாகப் பெய்ய ஆரம்பிக்கிறது.

50

அம்மா, நான் உன்னை நேசிக்கிறேன்!